சிலப்பதிகாரத்தில் யாழும் ஊழும்

நாடகத் தமிழ் ஆய்

சிலப்பதிகாரத்தில் யாழும் ஊழும்

நாடகத் தமிழ் ஆய்வு

இசை அறிஞர் முனைவர் அரிமளம் பத்மநாபன்

எழுத்து
பிரசுரம்

நூலாசிரியரின் பவள விழாப் பதிப்பு 2025 - 2026

Title: Silapathigaarathil Yaazhum Oozhum
Author's Name: Dr. Arimalam S. Padmanabhan

Published by Ezutthu Prachuram

Ezutthu Prachuram
(An imprint of Zero Degree Publishing)
No.75 & 76, I Floor, Kuppusamy Street,
Balaji Nagar, Padi,
Chennai - 600050

Website: www.zerodegreepublishing.com
E Mail id: zerodegreepublishing@gmail.com
Phone: 89250 61999

Ezutthu Prachuram First Edition : November 2025

ISBN :978-93-48439-03-1

TITLE NO EP :597

Rs.250/-

Layout: G.Selvakumar
Cover Design: Negizhan
Printed at Rathna Offset, Chennai, India

காணிக்கை

(1915 – 2003)

நாடகத் தமிழ் ஆய்வுகளிலிருந்து
இசைத் தமிழ் ஆய்வுக்களத்திற்கு எம்மை மடைமாற்றி,
தொல்காப்பிய, சங்க இலக்கியத் தொல் இசையையும்,
சிலப்பதிகாரத்தின் இசை நுணுக்கங்களையும் இளங்கோவடிகளின்
நுண்மாண் நுழைபுலத்தையும் அணுஅணுவாக என்னுள் புகுத்திய
எம்முடைய இசைத் தமிழ் ஞானாசிரியர்

தமிழிசைக் கலைக்களஞ்சியப் பேராசான்
முதுபெரும் இசைத்தமிழ் அறிஞர்
முனைவர் வீ.ப.கா.சுந்தரம் அவர்களுக்கு...

பொருளடக்கம்

அட்டைப்பட யாழ்:

"அணைவுறக் கிடந்த யாழின் தொகுதியும்
ஈரேழ் சகோடமும்"

\- சிலப்பதிகாரம்.

வைரமணிகள் தெறிக்கும் சிலம்பு

- பத்மஸ்ரீ கவிஞர் சிற்பி பாலசுப்பிரமணியம்

தமிழின் தனிப்பெரும் மரபு வழிச் சொத்துக்கள் எனத் தொல்காப்பியம், சங்க இலக்கியம், திருக்குறள், சிலப்பதிகாரம் ஆகிய நூல்களைக் குறிப்பிடலாம். இவற்றுள் சிலப்பதிகாரம், சங்க காலத்துக்கும் சங்கம் மருவிய காலத்துக்கும் இடையில் அமைந்த பொற்பாலம் என்று கூறுதல் பொருந்தும்.

'சேரன் தம்பி சிலம்பை இசைத்ததும்' என்று நம் மகாகவி பெருமிதமாகப் பேசிய சிலப்பதிகாரம் குறித்து எத்தனையோ ஆய்வு நூல்கள் வெளிவந்துள்ளன. சென்ற நூற்றாண்டின் ஐம்பதுகளிலேயே மார்க்க பந்து சர்மா சிலப்பதிகார ஆய்வு நூல்கள் பலவற்றைப் படைத்தார். தெ.பொ.மீ, மு.வ, ம.ரா.போ. குருசாமி, ம.பொ.சி, கா. மீனாட்சிசுந்தரம், க. பஞ்சாங்கம் என சிலம்பை ஆய்வுக்களமாகக் கொண்ட அறிஞர்கள் பலர். சிலப்பதிகார இசை குறித்து இசையறிஞர்கள் குடந்தை சுந்தரேசனார், எஸ்.இராமநாதன் முதலிய வல்லுநர்களும் சிந்தித்து நூல்களைத் தந்திருக்கிறார்கள்.

வல்லுநர் வரிசையில் இடம்பெறும் பெருமைக்குரிய இசைப்பேரறிஞர் அரிமளம் பத்மநாபனின் ஆய்வுக் கருவூலமாக அமைகிறது இந்நூல். கல்வியாளர், இசைக்கலைஞர், இசை நாடக ஆய்வாளர், செம்மொழித் தமிழாய்வு மத்திய நிறுவனத்தின் ஆய்வறிஞர் என மாண்புமிகு தகுதிகள் பலவும் பெற்ற பெருந்தகை அரிமளம். சங்கரதாஸ் சுவாமிகள் குறித்து ஆய்வுகள் நிகழ்த்தியது மட்டுமன்றி

அவருடைய நாடகச் செல்வங்களைத் தேடிப் பதிப்பித்த மாமனிதர். மியூசிக் அகாடமியால் விருது தந்து கௌரவிக்கப்பட்டவர்.

புதிய கோணத்தில் சிலப்பதிகாரத்தைக் காண முனையும் அரிய முயற்சியின் விளைவாக 'சிலப்பதிகாரத்தில் யாழும் ஊழும்' நூல் அமைகின்றது.

இந்நூலின் தனிச் சிறப்புக்கள் சிலவற்றை மட்டும் நான் இங்கு சுட்டிக்காட்ட விழைகிறேன்.

முதலாவதாகச் சிலம்பின் கதை நாட்டார் வழக்காற்றில் கதைப் பாடல்களாக இலங்கையிலும் இந்தியாவிலும் வழங்கி வருவதை எடுத்துக் காட்டுகிறார். கேரளத்தில் பகவதி வழிபாடாகவும், நாட்டார் பாடல்களாகவும், கண்ணகை அம்மன் கோயில்களாகவும் சிலம்பின் பரல்கள் போல் கதைக் கூறுகள் காணப்படுவதையும் இங்கு சேர்த்துக் கொள்ளலாம். *Stories of Deccan* என்ற நூலில் *Chandra's Vengeance* என்ற சிலப்பதிகாரக் கதைக்கு நிகரான ஒரு கதையை ஆங்கிலேயர் ஒருவர் தொகுத்திருப்பதையும் நினைவுகூரலாம்.

தமிழகத்தில் வழங்கிய நாட்டார் கதைகளுக்கு சங்கரதாஸ் சுவாமிகள் நாடக வடிவம் தந்த விவரங்களை ஆசிரியர் எடுத்து மொழிகிறார். இலங்கையில் தமிழரேயன்றி சிங்களவரும் பத்தினி வணக்கம் செய்வதையும் சுட்டிக் காட்டுகிறார். கேரளத்தை ஒப்பிடுகிறபோது தமிழகத்தில் கண்ணகி வழிபாடு குறைவு என்றும் குறிப்பிடுகிறார். இதற்கு மாற்று மொழியினர் ஆட்சியும் பண்பாடும் ஊடுருவியது காரணம் என்று சரியாக ஆசிரியர் மதிப்பீடு செய்கிறார்.

சிலப்பதிகாரப் பதிகத்தை ஆய்வாளர் பலர் இளங்கோ எழுதியதல்ல என்று மறுத்த போதிலும் பதிகத்தை உள்ளடக்கியே அரிமளம் தம் ஆய்வைத் தொடர்கிறார் என்பது குறிப்பிடத்தக்கது.

ஆசிரியரின் மிக முக்கியமான குறிப்பு தமிழ் மண்ணில் தோன்றிய அசல் கதை என்பதால் காப்பிய வரிசையில் சிலப்பதிகாரம் முதல் நூல் என்று போற்றுவதாக அமைகிறது. பதிக அடிப்படையில் இளங்கோவின் வரலாற்றை எடுத்துரைக்கிறார்.

அரும்பத உரைகாரர், அடியார்க்கு நல்லார் உரை வளத்தை மிக அருமையாக முன் வைக்கின்றார். அடியார்க்கு நல்லாருக்கும் வழிகாட்டுவது அரும்பத உரை எனச் சான்றுகளால் விளக்கிக்

காட்டுகிறார். அடியார்க்கு நல்லார் உரை ஒரு திறனாய்வுரை என்று போற்றுவது குறிப்பிடத்தக்கது.

காப்பியப் படைப்பின் நோக்கங்களை விளக்கும் இயல் மிகச் சிறப்புடையது. முப்பெரும் உள்ளுறைகளாகப் பதிகம் செப்பும் கோட்பாடுகளை ஆசிரியர் ஏற்கிறார். அரசியல் பிழைத்தோர்க்கு அறம் கூற்றாகும்; உரைசால் பத்தினியை உயர்ந்தோர் ஏத்துவர்; ஊழ்வினை உருத்து வந்து ஊட்டும். இம் முப்பெரும் இலக்குகளை முறையே மதுரைக் காண்டமும், வஞ்சிக்காண்டமும், புகார்க் காண்டமும் உணர்த்துவதாக அடையாளப்படுத்துகிறார்.

சிலம்பு குடிமக்கள் காப்பியம், முத்தமிழ்க் காப்பியம், நாடகக் காப்பியம் எனப் பல பெருமைகள் கொண்டதெனினும் இது சமய நல்லிணக்கக் காப்பியம் என்று உறுதிபட மொழியும் ஆசிரியரின் திறம் மெச்சத் தகுந்தது.

அரங்கேற்று காதை இசை, நாடக அழகியல், தமிழர் கலை மரபின் களஞ்சியமாக அமையும் பாங்கு சிறப்பாக விளக்கப்பட்டுள்ளது. அக்காதை தவிர இந்திர விழவூர் எடுத்த காதை, கடலாடு காதை, கானல்வரி, வேனில் காதை வேட்டுவ வரி, ஆய்ச்சியர் குரவை, ஊர்சூழ்வரி, குன்றக்குரவை, வாழ்த்துக் காதை ஆகியவற்றுள்ளும் ஆடல் பாடல் கலை மரபுகள், வழிபாடுகள் பொதிந்து கிடப்பதைக் கூர்மையாக, சான்றுகளுடன் உணர்த்துகிறார்.

பதிக உரையில் சில காதைகள் கதை கூறுவதை நோக்கமாகக் கொண்டிருப்பதையும் வேறு சில இயல்கள் (கானல் வரி, வேட்டுவ வரி போல) இசைக்கலை கூத்துக் கலையை அடிப்படையாகக் கொண்டிருப்பதையும் அடியார்க்கு நல்லார் வழி விளக்குவது தனிச் சிறப்பு.

காப்பியத்தின் மறை பொருளாகக் குடும்ப அமைப்பு, தனி மனித ஒழுக்கம் என்பன கூறப்பட்டிருப்பது மிக முக்கியம் என விதந்து மொழிகிறார். இவற்றுக்கான சான்றுகள் பலப்பல காட்டப்படுகின்றன.

சிலப்பதிகாரம் ஒரு நாடகக் காப்பியம் என்று நிறுவும் ஆசிரியர் தொல்காப்பியம், செயிற்றியம், தண்டியலங்காரம் முதலிய பல நூல்களிலிருந்து விளக்கங்கள் தருவது அவருடைய விரிந்த நூலறிவுக்கும் கூர்ந்த நுண்ணறிவுக்கும் அடையாளங்கள் எனலாம்.

நாடக உத்திகள் விரிவாக ஆராயப்பட்டுள்ளன. இவ்வாய்வுக்குப் பதிகம் துணை நிற்கிறது. கண்ணகி, கோவலன் அறிமுகங்கள், மாதவி கடிதங்கள், பாத்திரங்களின் கூற்றுக்கள் (இவளோ கொங்கச் செல்வி என்றாற் போல) போன்ற பல சான்றுகளைத் துணையாக்கி உத்திகள் விவரிக்கப்பட்டுள்ளன. 'நுணுக்கமான சொல்லாட்சிகளையும் ஆசிரியர் கவனத்தில் கொள்கிறார்' கனவுகள், நிமித்தங்கள் ஆகியனவும் இளங்கோ கவித்திறத்தில் உத்திகளாக உருக்கொள்கின்றன.

இந்நூலின் உயிர்ப் பகுதியாகத் திகழ்வது எட்டாவது அத்தியாயமான 'உருவாக யாழும் அருவாக ஊழும்' ஆகும். காப்பியத்தின் தொடக்கத்திலிருந்து நடுகற் காதை வரை யாழ் இடம் பெறுகிறது. எனவே இளங்கோ அடிகள் யாழ் மூலம் சொல்ல விரும்பும் செய்தி ஒன்று உண்டு. கண்ணகியுடன் இணைத்து யாழ் பேசப்படவே இல்லை. கோவலனையும் மாதவியையும் இணைக்கும் பாத்திரமாகிறது யாழ். ஆம் யாழ் ஒரு பாத்திரமாகிறது. காதை தோறும் அதன் பங்களிப்பை ஆசிரியர் சுட்டிக் காட்டுகிறார்.

கானல் வரி முதல் யாழ் என்ற உருவமுள்ள பாத்திரத்தோடு நட்புக் கொள்கிறது அருவமான ஊழ். அந்த ஊழ் யாழைத் தடுமாறச் செய்யும் கோலங்களை அரிமளம் இசைப் புலமையோடு இணைந்து எடுத்து மொழிகிறார். அது தான் இந்நூலின் சாரம். இதை உணரவும் உணர்ந்து அனுபவிக்கவும் எட்டாம் அத்தியாயத்தைக் கூர்ந்து வாசிக்கும்படி அறிஞர்களையும் வாசகர்களையும் வேண்டுகின்றேன். குறிப்பும் உட்குறிப்புமாகக் காப்பியத் திறனாய்வின் சிகரங்களை ஆசிரியர் தொடுகிறார். இந்நூலாசிரியர் கருத்து என்று சிறப்பிக்கப்படும் பகுதிகளை நுகர்ந்து மகிழ வாசகர்களிடம் கேட்டுக் கொள்கிறேன்.

★

இன்னிசைச் சிலம்பு ஆய்வுப் பேரறிஞர் கரத்தில் ஆற்றல் மிக்க ஆபரணமாக மாறுகிறது. கண்ணகி கரங்களில் மாணிக்கங்களாகத் தெறித்தது சிலம்பு. அரிமளம் கரங்களில் கருத்து வைரங்களாய் மின்னிச் சிரிக்கிறது.

அரிமளம் அவர்களுக்கு அன்பான பாராட்டுக்கள்.

பொள்ளாச்சி — சிற்பி பாலசுப்பிரமணியம்

29.10.2025

என்னுரை

“பேசாப் பொருளைப் பேச நான் துணிந்தேன்”என்று ‘விநாயகர் நான்மணி மாலை’யில் பாடுவார் மகாகவி பாரதி(32: 1). இதையொட்டி, சிலப்பதிகார ஆய்வுகளில் இதுவரை நுட்பமாகப் பேசப்படாத பொருளை ஆய்வுக்குட்படுத்தி, இந்நூலில் யான் பேச முற்பட்டுள்ளேன். எமக்குப் பல ஆண்டுகளுக்கு முன்பே தமிழிசைப் பேரறிஞர்களான ஆபிரகாம் பண்டிதர், சுவாமி விபுலாநந்தர், ப.சுந்தரேசனார், எஸ்.இராமநாதன், வீ.பகா.சுந்தரம், சேலம் ஜெயலட்சுமி, சகோதரி மார்கரெட் பாஸ்டின் முதலானோர் சிலப்பதிகார இசை தொடர்பான ஆய்வுகளை மேற்கொண்டு நூல்கள் பல எழுதியுள்ளனர். இவையன்றி, இசைப் பேராசிரியர்கள் சிலரும் இப்பொருண்மையில் கருத்தரங்குகளில் ஆய்வுக் கட்டுரைகளை வழங்கியுள்ளனர். ஆயினும், அனைத்து ஆய்வுகளும் சிலப்பதிகாரத்தில் பொதிந்து கிடக்கும் பழந்தமிழ் இசை தொடர்பான குறிப்புகளை மையப்படுத்தியே அமைந்தவை. அவை யாவும் தமிழிசையின் வளமையையும் தொன்மையையும் உலகிற்குப் பறைசாற்றத் துணை புரிந்தன. இசை ஆய்வுகளுக்கு அப்பால் கடந்த 75 ஆண்டுகளுக்கு மேல் சிலம்பு குறித்த பல்துறை ஆய்வு நூல்கள் பல்வேறு அறிஞர்களால் ஏராளமாக எழுதப்பட்டுள்ளன. ஆயினும், இவற்றில் பேசப்படாத முக்கியமான கூறுகளைக் காப்பியத்தில் கண்டறிய விழைந்து, முற்றிலும் புதிய அணுகுமுறையில் இந்த ஆய்வு மேற்கொள்ளப்பட்டது.

1990களின் பிற்பகுதியில் முதுபெரும் இசைத்தமிழ் அறிஞர் வீ. பகா. சுந்தரம் அவர்கள் மூலம் ஓர் உள்ளங்கவர் கள்வனாக என்னுள் புகுந்த இளங்கோவடிகள் இதுவரை என்னை ஆட்கொண்டிருக்கிறார். அவருடைய இசை இலக்கண நுட்பத்தையும், பிற நிகழ்த்து கலைகள் பற்றிய ஆழ்ந்த ஞானத்தையும், படைப்பாக்க ஆளுமையையும் பிரதிபலிப்பதாகவே சிலப்பதிகாரம் விளங்குகிறது. அடிகளின் தந்நிகரற்ற இசையிலக்கண நுட்பமே காப்பிய நாடகத்தின் அடிநாதமாக அமைந்துள்ளது. இதனை அடிப்படையாகக் கொண்டு ஆய்வு செய்து, சிலப்பதிகாரத்திற்கு

இந்நூல் புதியதொரு பரிமாணத்தைத் தருகின்றது. சிலம்பினை நாடகக் காப்பியமாகவும், மத நல்லிணக்கக் காப்பியமாகவும், தமிழ்க் கூத்து மரபின் அடையாளமாகவும் இந்நூல் முன்னிறுத்துகிறது. பல ஆண்டுகளாக, பொது அரங்குகளில் வழங்கப்பட்டுவரும் எம் உரைகளிலும், எழுத்துகளிலும் தமிழ் இலக்கிய வரலாற்றில் சிலப்பதிகாரத்தை 'நாடகக் காப்பியம்' எனக் குறிப்பிடுவதே பொருத்தமானது என்னும் கருத்தினைப் பல ஆதாரங்களோடு தொடர்ந்து வலியுறுத்தி வருகிறேன். இதன் உண்மைத் தன்மைகளை விளக்கி எமது கருத்தினை நிறுவுவதே இந்நூலின் நோக்கங்களில் ஒன்றாகும்.

கடந்த 35 ஆண்டுகளாக, இயற்றமிழை அடிப்படையாகக்கொண்டு இசை, நாடகத் தமிழ்களில் ஓர் ஆராய்ச்சியாளனாகத் தொடர்ந்து யான் பயணித்து வருவதை தமிழ் உலகு நன்கு அறியும். இவ் வகையில், தமிழ்க் கூத்து மரபினை மனத்தில் இறுத்தி, சிலப்பதிகாரத்தை நாடகத் தமிழ்வழி நின்று ஆய்வு செய்து, இளங்கோவடிகளை உலகின் தலைசிறந்த நாடக ஆசிரியராக முன்னிறுத்துகிறது இந்நூல். நாடகத்தின் பல்வேறு பண்புகளை ஆராய முற்படும்போது, கூறியது கூறலும், ஒன்றுக்கு மேற்பட்ட இடங்களில் மேற்கோள்கள் இடம்பெறுவதும் தவிர்க்க இயலாத கூறுகள் ஆகின்றன.

இன்று நம்மிடையே மகாகவி பாரதியின் அடையாளமாக வாழ்ந்துவரும் முதுபெரும் அறிஞர், பேராசிரியர், மாமனிதர், பத்மஸ்ரீ கவிஞர் சிற்பி பாலசுப்பிரமணியம் அவர்கள் இந்நூலிற்கும் எமக்கும் பெருமை சேர்க்கும் வகையில் அணிந்துரை வழங்கிச் சிறப்பித்துள்ளார். எம் மீது பேரன்பு கொண்டுள்ள அப் பெருமகனார்க்கு நன்றி உணர்வை முழுமையாக வெளிப்படுத்த எம் சொல்லாற்றல் போதாது.

இந்நூல் முயற்சியில் பல்லாற்றானும் துணைநின்ற நண்பர்களுக்கும், எம் குடும்பத்தினர்க்கும் உளமார்ந்த நன்றி. எமது, 'இசைத் தமிழும் நாடகத் தமிழும்' நூலினைத் தொடர்ந்து, இந்நூலினையும் நேர்த்தியாக வடிவமைத்து, அழகுற வெளிக்கொணர்ந்துள்ள பெருமைமிகு **'எழுத்து பிரசுரம்'** பதிப்பகத்தார்க்கு எம் நன்றியை உரித்தாக்குகிறோம். தொடர்ந்து எம் தமிழ்ப் பணிகளுக்கு ஆதரவளித்து வரும் தமிழுலகம் இந்நூலையும் வரவேற்று எம்மை ஊக்குவிக்குமாறு வேண்டுகிறோம்.

புதுச்சேரி — அன்புடன்

07-10-2025 — அரிமளம் பத்மநாபன்

1. முன்னோட்டம்

தமிழ் இலக்கிய வரலாற்றில் இளங்கோ அடிகள் அருளிச் செய்த சிலப்பதிகாரம் தமிழ் மொழியில் தோன்றிய முதல் காப்பிய நூல் என்றும், இயல், இசை, நாடகம் ஆகிய முத்தமிழிலும் அமைந்த காப்பியம் என்றும் சிறப்புறக் குறிப்பிடப்படுகிறது. காப்பியத்தில் இயற்றமிழ், இசைத் தமிழ், நாடகத் தமிழ் என மூன்று தமிழ்களும் தனித்த அடையாளங்களுடன் இடம்பெற்றுள்ளதால் **'முத்தமிழ்க் காப்பியம்'** என்ற பெயர் ஒருவகையில் ஏற்கத்தக்கதே ஆகும். ஆயினும், இதனைத் தமிழின் முதல் **'நாடகக் காப்பியம்'** என்று வகைப்படுத்துவதே அதனினும் பொருத்தமாகும். தமிழ் மரபில் நாடகம் என்பதே ஆட்டமும் பாட்டும் உடைய கலை வடிவம் ஆகும். **'ஆட்டம் பாட்டம்', 'ஆட்டம்'** என்பன நாடகத்திற்கான வழக்காறுகள் என்பதையும் நினைவில் கொள்ள வேண்டும். ஆட்டம் என்பது ஆடல், கூத்து, நாட்டியம் என்றும் பாட்டம் என்பது, பாட்டு என்றும் பொருள்படும். பொதுவாக, இயலும் இசையும் சேர்ந்தே நாடகம் பிறக்கிறது; எனவே நாடகக் காப்பியம் என்று கூறும்போது, அது முத்தமிழையும் உள்ளடக்கியது என்பதை எளிதாகப் புரிந்துகொள்ள இயலும்.

நாடகத் தமிழுக்கான இலக்கணத்தை விளக்கும் **'நாடகவியல்'** என்ற பெயரில் 272சூத்திரங்களைக் கொண்ட நூலை இயற்றிய அறிஞர் வி.கோ.சூரியநாராயண சாஸ்திரி (பரிதிமாற் கலைஞர்), "இயற்றமிழும்

இசைத் தமிழும் கூடிய வழியே நாடகத் தமிழ் பிறக்குமென்று கூறுதலே அமைவுடைத் தாம்” என்று விளக்கியிருப்பதும் இக் கருத்திற்கு உடன்பாடானதாக அமைந்திருப்பதைக் காணலாம். சிலப்பதிகாரத்தை நாடக இலக்கியமாக அணுகும்போது மட்டுமே அதன் இலக்கியச் செழுமை, நயம், இன்பம், மொழிவளம் ஆகியவற்றைக் கடந்து தமிழரின் தொன்மையான பல்வேறு நிகழ்த்துக் கலை வடிவங்களின் தனித் தன்மைகள், நுணுக்கமான செய்திகள், அழகியல் கூறுகள், அவற்றிற்கான இலக்கணம் குறித்த இளங்கோ அடிகளின் பரந்துபட்ட, நுட்பமான அறிவாற்றலையும் படைப்பாக்க ஆளுமையையும் முழுமையாக உணர இயலும். இதன் மூலம் இளங்கோ அடிகளை உலகின் தலைசிறந்த நாடக ஆசிரியர் என்றும், சிலப்பதிகாரத்தை ஒரு முதன்மையான நாடகக் காப்பியம் என்றும் உலகிற்கு வலியுறுத்திக் கூற முடியும். இதனை அடிப்படை நோக்கமாகக் கொண்டே இந் நூலில் ‘நாடகக் காப்பியம்’ என்ற தலைப்பின் கீழ் இதுகுறித்து விரிவாக விவாதிக்கப்பட்டுள்ளது. இதற்கான அடிப்படைத் தேவையையும் முக்கியத்துவத்தையும் உணர்ந்துகொள்ள வேண்டுமாயின் நாட்டுப்புற வழக்காற்றிலும், கூத்துகளிலும் நிகழ்த்துக்கலை வடிவங்களிலும் வழங்கி வருகின்ற கோவலன், கண்ணகி கதை பற்றி அறிந்துகொள்வது தவிர்க்க முடியாத ஒன்றாகும்.

நாட்டார் வழக்காற்றில் கோவலன், கண்ணகி கதை

இந்திய நாட்டில் இராமாயணம், மகாபாரதம் போன்று, தமிழர்கள் வாழ்கின்ற பகுதிகளில் எல்லாம் தொன்றுதொட்டே கோவலன், கண்ணகி கதை வாய்மொழி, செவி வழி(கர்ண பரம்பரை)யாகப் பரவிவந்ததற்கான சான்றுகளை ஒரு நூலாகவே எழுதலாம். சிலப்பதிகாரம் இயற்றப்படும் முன்னரே கோவலன், கண்ணகி வரலாறு பல்வேறு வகைகளில் தமிழர்கள் வாழ்ந்துவந்த பகுதிகளில் எல்லாம் கர்ண பரம்பரைக் கதைகளாக வழக்கில் இருந்ததற்கான சான்றுகளை இளங்கோ அடிகளே சிலப்பதிகார மூலத்தில் பதிகம், காட்சிக் காதை ஆகிய இரண்டு பகுதிகளில் உறுதிப்படுத்தி உள்ளார்.

கண்ணகி கூத்து, கோவலன் நாடகம் என்ற பெயர்களில் தெருக்கூத்தாகவும் நாடகமாகவும் நிகழ்த்தப் பெறும் மரபு தமிழகத்தில் மட்டும் இன்றி, இலங்கையிலும் கேரளத்தின்

சில பகுதிகளிலும் கூட உள்ளது. கண்ணகி கோயில்களும், வழிபாடும், இலங்கையிலும் கேரளத்திலும் இன்றளவும் வழக்கத்தில் உள்ளன. நாட்டுப்புற வழக்குகளில், 'கோவலன் செட்டி கதை' என்ற பெயரில் கதைப் பாடல்களாகவும், அம்மானைப் பாடல்களாகவும், கதைகளாகவும் பல்லாண்டுகளாகத் தமிழரிடையே பரவிவந்துள்ளது. நாட்டுப்புற வழக்காறுகளில், குறிப்பாக கூத்து வடிவங்களில் கோவலன் பெயர் 'கோவிலன்', 'கோவலஞ் செட்டியார்' என்றும், கண்ணகியின் பெயர் 'கண்ணகை', 'கண்ணகாள்' என்றும் வழங்கப்படுவது உண்டு. 'கண்ணகை' கண்ணுக்கு ஒளியைக் கொடுப்பவள், கண்களில் புன்னகையைத் தரித்திருப்பவள், அழகு பொருந்தியவள் என்றெல்லாம் பொருள் கூறுவர். கூத்துகளில் கண்ணகையைக் 'கண்ணகாள்' என்று மற்ற கதாபாத்திரங்கள் அழைப்பர். இலங்கையில் கண் நோய் தீர கண்ணகைத் தெய்வத்தை வழிபடும் வழக்கம் இன்றும் உள்ளது. சிலப்பதிகாரத்தில் இடம்பெற்றிருப்பது போன்று நாட்டார் கதைகளிலும் கோவலன், கண்ணகி, மாதவி தொடர்பான பல தொன்மங்கள் உண்டு. ஆங்காங்கே இதில் சில வேறுபாடுகளும் உண்டு. உதாரணத்திற்குச் சொல்லவேண்டுமானால் ஒரு கதையில் கண்ணகி பிறக்கும்போதே கால்களில் சிலம்புடன் பிறந்தவள். அவளுக்கு சாபம் கொடுக்கும் ஆற்றல் உண்டு. முன்னர் பெற்ற சாபத்தால் பாண்டியன் நெடுஞ்செழியன் இறந்துபடுகிறான். நாட்டுப்புற 'கோவலன் செட்டி கதை'யில் 'கவுந்தி அடிகள்' என்னும் கதாபாத்திரமே கிடையாது. கண்ணகியும் கோவலனும் மட்டுமே மதுரைக்குப் பயணிக்கிறார்கள்.

20ஆம் நூற்றாண்டின் தொடக்கத்தில் 'கோவலன் சரித்திரம்' என்ற பெயரில் முழுமையான ஒரு இசை நாடகத்தைத் தமிழ் நாடகத் தந்தை சங்கரதாஸ் சுவாமிகள் இயற்றி அரங்கேற்றினார். சிந்து, சந்தம், வண்ணம், கீர்த்தனை, காவடிச்சிந்து, விருத்தம், நாட்டுப்புறப் பாடல்கள் ஆகியவற்றை, கர்நாடக இசை, திருமுறை இசை, இந்துஸ்தானி இசை, நாட்டுப்புற இசை என அனைத்து இசை வகைகளையும் கொண்டு எண்ணற்ற பாடல்களுடன் இரவு முழுதும் நிகழ்த்தப்படக் கூடிய ஓர் இசை நாடகத்தைப் படைத்தார். நாடகத்திற்கான முன்னுரையில், "சிலப்பதிகாரத்திலுள்ள இக் கோவலன் சரிதையை நாடகமாக நடத்தி ஆனந்திக்குமாறு நாலாவிதமான வர்ணமெட்டுகளில் பாட்டுகள் அமைத்து, ராகம்,

தாளம் இவற்றைச் சுட்டிக் காண்பித்து என்னாற்றான் முதன் முதல் நாடகமாக நடத்திக் காண்பிக்கப்பெற்றதென்பதைச் சொல்லாமலே எல்லோரும் அறிந்த விஷயம்." என்று குறிப்பிடுகிறார். (தூ.தா.சங்கரதாஸ், நாடகாசிரியன்.1939) ஆயினும், சுவாமிகளின் நாடகத்தில் இடம்பெற்றுள்ள கதாபாத்திரங்கள் சிலப்பதிகாரத்திலிருந்து பெரிதும் மாறுபட்டு, நாட்டார் வழக்காற்றினை அடிப்படையாகக் கொண்டு தம் நாடகக் கதையையும், அன்றாட வாழ்க்கையில் மக்கள் சந்திக்கக் கூடிய இயல்பு உள்ளவர்களாக கதை மாந்தர்களையும் படைத்து, பெருவாரி மக்கள் (வெகு ஜன) அரங்காகத் (*Popular Theatre*) தம் நாடகத்தை உருவாக்கியுள்ளார். தமது நாடகத்திற்கான கதையை, 'கோவலன் செட்டி கதை'யிலிருந்தும், அம்மானைப் பாடல்களிலிருந்துமே பல்வேறு கூறுகளைக் கையாண்டு இருக்கிறார் என்பதை அவர் படைப்பின் வாயிலாக அறிய முடிகிறது. கதை அமைப்பில் கிராமத்தின் மணம் வீசினாலும், சந்தம், வண்ணம், கீர்த்தனை எனப் பாடல்களிலும் இசையிலும் செவ்வியல் மணம் பரப்புவதாலேயே, சுவாமிகளின் நாடகங்கள் பண்டிதர்களாலும் பாமரர்களாலும் ஒருசேரக் கண்டு மகிழும் நிலையைப் பெற்றன. இந்நாடகத்தின் இசை வளம் கருதியே இதற்கு, **'சங்கீத கோவலன்'** என்றும் ஒரு பெயருண்டு. சுவாமிகளுடைய நாடகங்கள் நாட்டுப்புற மணத்துடன் செவ்வியல் பண்புகளையும் உள்ளடக்கியவை; இவ்வகையில் சுவாமிகளின் இசை நாடகங்களை *Semi Classical Plays* என்றும் வகைப்படுத்தலாம். சுவாமிகளின் 'கோவலன் சரித்திரம்' நாடகமும் இவ்வகையில் அடங்கும். அதன் காரணமாகவே அவருடைய நாடகங்கள் நூற்றுக்கணக்கான நாடகக் குழுவினரால் இன்றளவும் தமிழகத்தில் ஆங்காங்கே நிகழ்த்தப்பட்டு வருகின்றன. தமிழகத்தின் வடமாவட்டங்களில் நாட்டார் கோயில்கள் சார்ந்து திருவிழாக்களில் மகாபாரதத்தை மையப்படுத்தி நிகழும் தெருக்கூத்துகளைப் போன்று தென் மாவட்டங்களில் சுவாமிகள் நாடகங்கள் நாட்டார் கோயில்கள் சார்ந்தே பெரும்பாலும் நிகழ்த்தப்படுகின்றன. அவற்றுள் 'கோவலன் சரித்திரமும்' ஒன்று. அக் காலத்தில் மிகவும் பிரபலமாக விளங்கிய ராஜபார்ட் நடிகர் எஸ்.வி. சுப்பையா பாகவதர் கோவலனாகவும், ஸ்திரீபார்ட் (ராஜ நடிகை) கண்ணாமணி அம்மாள் மாதவி, பின் கண்ணகியாகவும் நடித்த சுவாமிகளின் நாடகம் முழுவதும் பாடல்கள், வசனத்துடன் கிராமஃபோன் இசைத்தட்டுகளில்

ஆல்பமாக ஓடியன் கம்பெனி மூலம் பெருவாரி மக்களின் பேராதரவோடு வெளிவந்தது உண்மை வரலாறு. அவரைத் தொடர்ந்து அக்கால நாடக ஆசிரியர்கள் சிலரும் ‘சங்கீதக் கோவிலன்’, ‘கண்ணகி நாடகம்’ என கோவலன் கண்ணகி கதையை இசை நாடகங்களாக இயற்றி அவற்றைப் பல நாடகக் கம்பெனி களிலும் நிகழ்த்திவந்தனர். இன்றளவும் ஆங்காங்கே, ‘கோவலன் சரித்திரம்’ இசை நாடகமாக நிகழ்த்தப்பட்டு வருகிறது.

திரைப்படங்களில் கோவலன் கண்ணகி கதை

தொடக்க காலத் தமிழ்த் திரைப்படங்களில், ‘கண்ணகி’ கதை மூன்று படங்களாக வெளிவந்தன. இது பற்றிய தகவலை அறந்தை நாராயணன், தமது, ‘தமிழ் சினிமாவின் கதை’ என்னும் வரலாற்று ஆய்வு நூலில் சுவைபட எழுதுகிறார்:

“தமிழக மக்கள் கர்ண பரம்பரையாகக் கேட்டு வந்தது ‘கண்ணகி கதை’; சேரன் தம்பி இளங்கோ அடிகள் காப்பிய வடிவமாக வடித்துத் தமிழன்னைக்கு அணிசேர்த்த கண்ணகி கதை. முதன்முறையாக வணிகர் குலத்து மாந்தர்களைக் கதைத் தலைவர்களாகச் சித்திரிக்கப்பட்ட கதையாதலால் கோவலனும் கண்ணகியும் மக்களிடையே ஐக்கியமாகித் தொடர்ந்து ஜீவித்து வந்தார்கள். நாடகப் பாங்கு மிக்க முதல் தமிழ்க் காப்பியம் என்று சிலப்பதிகாரம் குறிக்கப்படுகிறது. தெருக்கூத்தாகவும் திருந்திய நாடக வடிவமாகவும் கண்ணகி கதை நடிக்கப்பட்டுவருகிறது.

சினிமாப் படம் தமிழ் பேசத் தொடங்கிய மூன்றாவது ஆண்டில் ஒரு ‘கோவலன்’, நான்காவது ஆண்டில் ஒரு ‘கோவலன்’ திரைவடிவம் பெற்றது. முதல் படத்தில் நரசிம்மராவ் - கோவலன், லீலா - கண்ணகி. இரண்டாவது படத்தில் வி.ஏ. செல்லப்பா - கோவலன், டி.பி.ராஜலட்சுமி - கண்ணகி.

ஆனால், 1942 ஆகஸ்ட் 22ஆம் நாள் வெளியான ஜூபிடரின் ‘கண்ணகி’ பெற்ற மாபெரும் வெற்றியை வேறு எந்தப் படமும் பெற்றதில்லை. (1964இல் வெளிவந்த கலைஞர் கருணாநிதியின் ‘பூம்புகார்’ அவரது அரசியல் செல்வாக்கால் ‘பேசப்பட்ட’ படமாக அமைந்ததே தவிர 1942-ன் ‘கண்ணகி’ அளவு மக்கள் மத்தியில் வெற்றிபெறவில்லை.) ‘கண்ணகி’யில் பி.யு.சின்னப்பா - கோவலன், பி.கண்ணாம்பா - கண்ணகி.

இளங்கோ அடிகளின் சிலப்பதிகாரம், நாடோடிக் கதைகள், கர்ண பரம்பரைக் கதைகள் மற்றும் 'கோவலன் மாதவி', 'கோவலன் கண்ணகி' தெருக்கூத்துக்கள் எல்லாவற்றையும் ஆராய்ந்து பார்த்து திரைக்கதையும் வசனமும் எழுதப்பட்டதாகப் பின்னாளில் டைரக்டர் ஆர்.எஸ்.மணி கூறியுள்ளார்." *(2002. பக். 194 -196)*

இலங்கையில் கண்ணகி வழிபாடு

சிலப்பதிகாரத்தின் இறுதிப் பகுதியான 'வரம்தரு காதையில்',

> **கடல்சூழ் இலங்கைக் கயவாகு வேந்தனும்**
> **எம்நாட்டு ஆங்கண் இமைய வரம்பனின்**
> **நல்நாள் செய்த நாள்அணி வேள்வியில்**
> **வந்து ஈக என்றே வணங்கினர் வேண்ட**
> **'தந்தேன் வரம்' என்று எழுந்தது ஒருகுரல்** *(160 - 164)*

என்று காப்பிய ஆசிரியர் இளங்கோ அடிகள் பாடுகின்றார்.

கடல்சூழ்ந்த இலங்கைக்கு வேந்தனான கயவாகு, "இமய வரம்பன் சேரன் செங்குட்டுவன் செய்யும் அரிய விழா நாளின் போது எம் நாட்டிலே நாங்கள் செய்யும் நாள் அணி வேள்வியிலும் வந்து எங்களுக்கும் அருள் புரிவாயாக" என்று பணிந்து வேண்டினர். "அவ்வாறே வரம் தந்தேன்" என்று வானில் ஒரு குரல் எழுந்தது என்பதே இதன் பொருள். எனவே, இலங்கையில் தொன்றுதொட்டு கண்ணகி வழிபாடு, 'பத்தினித் தெய்வ வழிபாடாக' சிலப்பதிகாரக் காலத்திலிருந்தே நிகழ்த்தப்பட்டு வருவது குறித்து ஏராளமான சான்றுகள் கிடைக்கின்றன. இலங்கையில் வாழும் தமிழர் மட்டும் அல்லாது சிங்கள இனத்தாரும் அவர்கள் வாழிடங்களில் 'கண்ணகி வழிபாடு' நடத்திவருகின்றனர். இது குறித்து ஈழத்து அறிஞர்கள் பலரும் எழுதியிருக்கிறார்கள். இருப்பினும், பேராசிரியர் க. நாகேஸ்வரன் எழுதிய 'கண்ணகி வழிபாடும் இராஜராஜேஸ்வரி வழிபாடும்' என்ற நூலிலிருந்து மட்டும் இங்கு சில குறிப்புகள் தரப்படுகின்றன.

- "புங்குடுதீவுக் கண்ணகைபுரம் கண்ணகையம்மன்', 'மட்டக்களப்பு களுதாவளை கண்ணகை அம்மன்', 'களுவாஞ்சிக்குடி ஸ்ரீ கண்ணகை அம்மன்', 'வற்றாப் பளை கண்ணகை

அம்மன்', 'நவாலி வடக்குக் கண்ணகி அம்மன்', 'கட்டிபுரக் கண்ணகி அம்மன்' என்ற மிகப் பிரசித்திபெற்ற அம்மன் திருக்கோயில்களும்.......ஈழவள நாட்டிலே மக்களது வேண்டுதல்களை ஈடேற்றிப் பேரருள் பாலித்து நிற்கின்றன." (2007. ப.2)

- "பெரும்பாலும் கண்ணகையம்மன் பொங்கல் வைகாசி மாதத்திலே நடக்கும். பொங்கலுக்குச் சில நாட்களுக்கு முன் கோயில் திறந்து கண்ணகையம்மன் முன் கதை படிப்பர். அன்றே மக்கள் தங்கள் குடும்பங்களோடு கோயிலுக்கு வந்து புதுச் சட்டி பானையிலே பொங்கல் பொங்குவர். காவடிகளும் பால் சொம்புகளும் தொகை தொகையாகக் கோயிலுக்கு வந்து சேரும். பின்னர் பூசை நடக்கும். கண் நோயுற்றோர் அது மாறுவதற்காக நேர்த்திக் கடன் பண்ணி வெள்ளியால் கண்மடல் செய்து கொடுப்பர். இக் கோயில்களிலும் பறைமேளம் அடிக்கப்படும். மட்டக்களப்புப் பகுதியில் கண்ணகை கோயிற் பூசை மிகச் சிறப்பாக நடக்கும். அங்கு பூசை நாட்களில் கடலோட்டு கதை படித்து, பொங்கிப் பின் குளிர்த்தியும் போடுவர். ஆண்டுக்கொரு முறையே கண்ணகை கோயில்கள் இப்பகுதியில் திறக்கப்படும்." (ப.13)
- "கலாநிதி க.கைலாசபதியின் கருத்துகள்: இலங்கையில் தமிழர் மட்டுமின்றிச் சிங்களவரும் கண்ணகியைக் காவல் தெய்வமாகப் போற்றுகின்றனர். தென்னகத்திலே கண்ணகி தெய்வத்துக்குக் கோயில்கள் இல்லையாயினும், 'மாரியம்மன்' என்ற மாற்றுப் பெயரால் கண்ணகிக்குக் கோயில்கள் இருக்கின்றன. மாரியம்மன் வழிபாடு கண்ணகி வழிபாட்டிலிருந்தே வந்தது எனப் பல சான்றுகள் காட்டப்பட்டுள்ளன. சிலப்பதிகாரக் காப்பியத்தின்படி ஆடி மாதத்திலே கயவாகு மன்னன் கண்ணகிக்கு விழா எடுத்தான். ஆனால், பிற்காலத்தில் வைகாசி நிறைமதிக் காலத்திலேயே மட்டக்களப்பில் இவ்விழா நடைபெறுகிறது." (ப.30)
- "இலங்கையின் சிங்களப் பகுதிகளிலும் கற்பு தெய்வ வழிபாடான பத்தினி வழிபாடு தோன்றி வேரூன்றி வளர்ந்ததாகத் தெரிகிறது. பௌத்தர்கள் இன்று மாரியம்மனைப் 'பத்தினி தெய்யோ' என்று வழிபடுகின்றனர். கிழக்கிலங்கையில் சிறந்து விளங்கும்

கண்ணகையம்மன் வழிபாடு மலையகத் தோட்டத் துறையிலும் உண்டு. மாலிபொடை டபார் தோட்டத்தில் கண்ணகி ஆலயங்கள் உள்ளன." *(ப.31)*

கண்ணகையம்மன் வழிபாடு யாழ்ப்பாணம், வன்னியிலும் உண்டு. *(ப.42)*

கண்ணகி பற்றிய தொன்மங்கள் தமிழகம், கேரளம், இலங்கை ஆகிய மூன்று பகுதிகளிலுமே மாறுபடுகின்றன.

"இலங்கை மட்டக்களப்பில் கண்ணகையின் வாழ்க்கை வரலாற்றைக் கூறுவது 'கண்ணகை வழக்குரை காவியம்' என்னும் பெருநூலாகும். இது சிலப்பதிகாரம் கூறுவதிலிருந்து சில வகைகளில் வேறுபட்டதாக உள்ளது. கண்ணகி பற்றிய இலக்கியங்கள் இவளைச் சிவபெருமானோடு பெரிதும் தொடர்புபடுத்த முயற்சிப்பதையும் காணலாம். பராசரமுனிவரின் மகளாகிய நாகமங்கலை என்பாள் சிவபெருமான் வரத்தால் மாங்கனியாகிப் பின் கண்ணகையாகினாள் என்று கூறப்படுகிறது. மதுரையை எரித்த கண்ணகை ஐந்து தலை நாக வடிவில் யாழ்ப்பாணத்தை வந்து சேர்ந்தாள் என்பது ஐதிகம்." *(ப. 47)*

இளங்கோ அடிகள் காலத்திலேயே இலங்கை மக்களிடையே பத்தினி தெய்வ வழிபாடு இருந்தது. எனவே அதற்கும் பல ஆண்டுகளுக்கு முன்னரே அவ்வழிபாடு சமூகத்தில் நடைமுறையில் இருந்திருக்க வாய்ப்புண்டு.

இலங்கை முழுதும் சிங்களவர் உள்பட கண்ணகியை வழிபட்டு வந்துள்ளனர்; ஆங்காங்கே வெவ்வேறு விதமான கண்ணகி தொன்மங்கள் நிலவிவருகின்றன; வழிபாட்டு முறைகளும் சடங்குகளும் இடத்திற்கு இடம் மாறுபடுகின்றன என்பது முதலான உண்மைகளை இதுகாறும் கூறிய செய்திகள் நமக்குப் புலப்படுத்துகின்றன.

கேரளத்தில் கண்ணகி வழிபாடு

கண்ணகி தமிழ் மண்ணில் புகார் நகரத்தில் பிறந்திருந்தாலும் மதுரைக்குச் சென்று வழக்குரைத்து நீதி பெற்றுப் பின் சேர நாட்டை அடையும்போது, உயர்ந்தோர் ஏத்தும் பத்தினி தெய்வமாக உயர்வு பெறுகிறாள். காட்சிக் காதை முதல் வரம் தரு காதை

முடிய ஆறு காதைகளிலும் கண்ணகியின் கதையைக் கேட்ட சேரன் செங்குட்டுவனும் அவன் மனைவியும் கண்ணகிக்குக் கோயில் கட்டத் தீர்மானிக்கின்றனர். அதற்காக இமயமலை சென்று அங்கிருந்து கல்லெடுத்து வந்து கோயிலை அமைத்தான். சுமங்கலி பெண்ணானவள், கணவனை இழந்தவுடன் அமங்கலியாகிறாள். அப்படியாயின் கண்ணகி எங்ஙனம் மங்கலதேவியாவாள்? கணவனை இழந்து கணவன் மீது சுமத்தப் பெற்ற பழியை நீக்கி, மதுரையை எரித்துவிட்டு வந்த கண்ணகியைக் கோவலன் மங்கல மடந்தையாக்குகிறான் என்பதைக் காட்சிக் காதையில்,

கான வேங்கைக் கீழ் ஓர் காரிகை
தான் முலை இழந்து தனித்துயர் எய்தி
வானவர் போற்ற மன்னுடன் கூடி
வானவர் போற்ற வானகம் பெற்றனள் *(57 - 60)*

என்றும், பதிகத்தில்,

பொலம் பூ வேங்கை நலம் கிளர் கொழு நிழல்,
ஒரு முலை இழந்தாள் ஓர் திரு மா பத்தினிக்கு,
அமரர்க்கு அரசன் தமர் வந்து ஈண்டி, அவள்
காதல் கொழுநனைக்காட்டி, அவளொடு, எம்
கண்-புலம் காண, விண்-புலம் போயது
இறும்பூது போலும்; அஃது அறிந்தருள் நீ' என- *(4 -9)*

அடிகளே குறிப்பிடுகிறார். விண்ணுலகிலிருந்து பூப்பல்லக்கில் தேவர்களுடன் வந்த கோவலன் கண்ணகிக்கு மங்கலநாண் அணிவித்து விண்ணுலகுக்கு அழைத்துச் சென்றான் என்பதைக் குறவர்கள் கூற்றாக நமக்குச் சொல்கிறார் இளங்கோ.

சேரன் செங்குட்டுவன், பத்தினி கண்ணகிக்குக் கோட்டம் அமைத்து, அங்கு சிலை வைத்து, பிற நாட்டு மன்னர்களையும் அழைத்து விழா எடுத்து அனைவரையும் வழிபட வைத்த நிகழ்வுகளையும், மேலும், அக்கோயிலில் நாள்தோறும் பூசைகள் நடப்பதற்கும் ஏற்பாடு செய்தது பற்றியும் 'வரம் தரு காதை'யில் அடிகள்,

பாடல்சால் சிறப்பின் பாண்டி நல் நாட்டுக்
கலி கெழு கூடல் கதழ் எரி மண்ட

முலைமுகம் திருகிய மூவா மேனி
பத்தினிக் கோட்டப் படிப்புறம் வகுத்து,
'நித்தல் விழா அணி நிகழ்க' என்று ஏவி,
'பூவும், புகையும், மேவிய விரையும்,
தேவந்திகையைச் செய்க' என்று அருளி,
வலமுறை மும் முறை வந்தனன் வணங்கி,
உலக மன்னவன் நின்றன் முன்னர் - *(148 - 156)*

என்று பத்தினிக் கோட்டத்திற்கு மானியம் அளித்து, நாள்தோறும் விழா (பூசைகள்) செய்யத் தேவந்தியை நியமித்து, கோட்டத்தை வலம் செய்து, சந்நிதியில் செங்குட்டுவன் நின்ற காட்சியை இங்கு விவரிக்கிறார்.

கேரளத்தில் கண்ணகி குறித்த தொன்மங்களும் வாய்மொழிக் கதைகளும் பாடல்களும் எழுத்துவடிவில் கதைப்பாடல்களும் நிறையவே கிடைக்கின்றன. கண்ணகி முக்கிய தெய்வமாக வழிபாடு பெற்றுவரும் கோவில்களும் இந்த மாநிலத்தில் உள்ளன.

மங்கலதேவி கோவில் அல்லது மங்களா தேவி கண்ணகி கோயில் தேனி மாவட்டம், தமிழ்நாட்டில் உள்ளது. இக்கோயில் தமிழ்நாட்டின் கூடலூர் வனப்பகுதியில் புளியங்குடி எனுமிடத்திலிருந்து சுமார் 6 கிலோமீட்டர் தொலைவிலும், கேரளத்தின் இடுக்கி மாவட்டத்திலுள்ள குமுளி என்ற ஊரிலிருந்து சுமார் 14 கிலோமீட்டர் தொலைவிலும் அமைந்துள்ளது. இது கடல்மட்ட அளவில் இருந்து சுமார் 5000 மீட்டர் உயரத்தில் உள்ளது. ஆண்டுக்கு ஒரு நாள் சித்திரா பௌர்ணமி தினத்தன்று மட்டுமே இக் கோயில் பகுதிக்குள் மக்கள் அனுமதிக்கப்படுகிறார்கள்.

ஒவ்வொரு ஆண்டும் சித்திரை மாதம் வரும் சித்திரை முழுநிலவு (பௌர்ணமி) தினத்தன்று இந்த மங்கலதேவி கண்ணகி கோயிலில் தமிழ்நாட்டைச் சேர்ந்த பக்தர்கள் சிறப்பு வழிபாடுகள் செய்து வருகின்றனர். கேரளாவில் கண்ணகி வழிபாடு பரவலாக இருப்பது குறித்த புத்தகம் ஒன்றை எழுதியுள்ள எழுத்தாளரும் மற்றும் நாட்டார் வழக்காற்றியல் ஆய்வாளருமான அ.க.பெருமாள் தரும் விளக்கம் முக்கியத்துவம் வாய்ந்தது.

"கண்ணகியைச் செல்லத்தம்மன், ஒற்றை முலைச்சி, பகவதி அம்மன் என்ற பல பெயர்களில் தமிழ்நாடு மற்றும் கேரளாவில் வழிபடுகிறார்கள். சிலப்பதிகாரத்தில் மதுரையை எரித்த பின்னர் 14 நாட்கள் நடந்து சென்ற கண்ணகி, நெடுங்குன்றம் பகுதியில் உள்ள விண்ணேற்றிப்பாறையில் போய் நிற்பதாகக் குறிப்பு வருகிறது. அந்தப் பகுதியைச் சுற்றிலும் கண்ணகி வழிபாடு வேறுவேறு பெயர்களில் இன்றளவும் பின்பற்றப்படுகிறது. மக்கள் மத்தியில் கண்ணகியின் கதை பல விதங்களில் இன்றும் சொல்லப்படுகிறது; பாடல்களாகப் பாடப்படுகின்றது."

(www.bbc.com/tamil/articles/ce5z3y7k0k6o)

கேரளப் பெண் தெய்வங்களின் தோற்றத்தில் தாருகன் கதை இணைந்தது போல, கண்ணகி கதையும் இணைந்துள்ளது. தாருகனின் இடத்தில் மதுரைப் பாண்டியனையும் காளியின் இடத்தில் கண்ணகியையும் வைத்தும், காளி தாருகனை வதைத்த நிகழ்ச்சியைக் கண்ணகி, பாண்டியனைக் கொன்றதற்கு ஒப்பிட்டும் புனையப்பட்ட 'தோற்றம் பாட்டுக்கள்' கேரளத்தில் வழக்கில் உள்ளன. கொடுங்கல்லூர் 'வசூரி மாலா' என்னும் தெய்வத்திற்கு 'ஒற்றை முலைச்சி' என்ற பெயரும் உண்டு.

திருவனந்தபுரம் ஆற்றுக்கால் கோவில் பத்து நாட்கள் விழாவில் சிலப்பதிகாரக் கதை மலையாள மொழியில் பாடப்படுகிறது. இப்பாடலைத் 'தோற்றம் பாட்டு' என்றே கூறுகின்றனர். இவ்வாறு ஆற்றுக்கால் பகவதி கோயிலில் பெண்கள் கடல்போல் திரண்டு வந்து பொங்கலிட்டுக் கொண்டாடும் விழா உலகப் புகழ் பெற்றுள்ளது. இந்தப் பகவதியே கண்ணகி என விரிவாக விளக்குகிறது இந்நூல். கேரளத்தில் வழிபாட்டில் இருந்த பல கண்ணகி கோயில்கள் காலப்போக்கில் பகவதி அம்மன் கோயில்களாக மாற்றம் பெற்றன.

கேரளத்தை ஒப்பிடுகின்றபோது தமிழகத்தில் கண்ணகி வழிபாடு மிகமிகக் குறைவு. இதற்குக் காரணம் என்ன? சிலவற்றை ஊகிக்கலாம்: தமிழகத்தின் மேல் படை எடுத்த கன்னடர், தெலுங்கர், மராட்டியர் செல்வாக்கால் நாட்டார் வழிபாட்டிலும் நிறுவன சமய வழிபாட்டிலும் கணிசமான மாற்றங்கள் நிகழ்ந்துள்ளன. இக்காலத்தில் கண்ணகி வழிபாடு தமிழக அயலாரின் பெண் தெய்வங்களுடனும், வைதீக மரபுடனும் கலந்திருக்கவேண்டும்.

(காண்க. அ.கா. பெருமாள். கேரளத்தில் கண்ணகி வழிபாடும் கொடுங்கல்லூர் கோவிலும். NCBH. 2022)

சிலப்பதிகாரக் கதையுடன் நெருங்கிய தொடர்புடைய மதுரையில், கண்ணகி வழிபாடு பெரிய அளவில் இல்லை. மதுரை யாதவத்தெரு செல்லத்தம்மன் கோவிலை சிலப்பதிகார மாதரியின் வீடு என்று கூறுகின்றனர். கண்ணகிக்கு அடைக்கலம் கொடுத்த மாதரி, செல்லத்தம்மனாகக் கொண்டாடப்படுகிறாள். இக்கோயிலில் கண்ணகி சிலை உள்ளது. கண்ணகி மதுரையை எரித்துவிட்டு அமர்ந்த இடத்தில் ஒரு அம்மன் கோயில் உள்ளது. இப்போது இது விராட்டிப்பத்து என்ற இடத்தில் இருக்கிறது. கண்ணகி ஓய்வெடுத்த இடத்தில் (பொன்னமராவதி) அழகிய நாச்சியார் அம்மன் கோயில் உள்ளது என்பன போன்ற நம்பிக்கைகள் உள்ளன. (அ.கா. பெருமாள். www.keetru.com / index. php/2010-06-24)

இந்தியா முழுவதும் எல்லா மொழிகளிலும் வட்டார வழக்குகளில் கர்ண பரம்பரைக் கதைகளாகவும், நாடோடிப் பாடல்களாகவும், நாட்டார் இலக்கியங்களாகவும் பல்வேறுபட்ட தன்மைகளில் நூற்றுக்கணக்கான இராமாயணக் கதைகள் - இராமன், சீதை, இராவணன் தொடர்பான புராணக் கதைகளும் தொன்மங்களும் இருக்கின்றன. செவ்விலக்கியங்களிலும் கூட வால்மீகி, கம்பர், துளசிதாஸ் என ஒவ்வொரு பெரும் புலவர்களும் தத்தம் தாய்மொழியில் எழுதியுள்ள இராமாயணங்கள் ஒவ்வொன்றுமே வால்மீகி எழுதிய மூலத்தின் நேரடி மொழிபெயர்ப்புகள் அல்ல; மாறாக அவை ஒவ்வொன்றும் அந்த அந்த மண்ணுக்கே உரித்தான கலாசாரம், நம்பிக்கைகள், வழக்காறுகள் ஆகியவற்றின் பிரதிபலிப்புகளும் ஆகும். அதுபோன்றே கண்ணகி தொடர்பான கதைகளும் வழக்காறுகளும் தொன்மங்களும் தமிழகம், கேரளம், இலங்கை என வெவ்வேறு நிலப்பகுதிகள் சார்ந்த மண்ணின் மணத்தையும் பண்பாட்டினையும் உள்ளடக்கியதாகவே அமைந்துள்ளன. அவ்வாறே அவை சார்ந்திருக்கும் நிலப்பகுதியைப் பொறுத்துச் சிற்றிலக்கிய வகைகளும் நிகழ்த்துக் கலை வடிவங்களான கண்ணகி கதைகளும் கூத்துகளும் நாடகங்களும் மாறுபட்டு விளங்குவதை ஒப்பிட்டு நோக்கவேண்டும்.

இதன் அடிப்படையில் ஓர் உண்மை நமக்குப் புலப்படுகிறது. அதாவது இந்தியச் சமூகத்திற்கு இராமாயணம் ஒரு கலாசார

அடையாளமாகத் திகழ்வது போல, ஒட்டுமொத்தத் தமிழ்ச் சமூகத்திற்கும், 'கண்ணகி கதை' திகழ்கிறது என்பதில் ஐயமில்லை.

இனி, காப்பியத்தின் பதிகம் நூலுக்கான ஒரு முன்னோட்டமாகவே அமைந்திருக்கும் பாங்கினைக் காண்போம்.

குணவாயிற் கோட்டத்து அரசுதுறந் திருந்த
குடக்கோச் சேரல் இளங்கோ அடிகட்குக்
குன்றக் குறவர் ஒருங்குடன் கூடிப்
பொலம்பூ வேங்கை நலங்கிளர் கொழுநிழல்
ஒருமுலை யிழந்தாளோர் திருமா பத்தினிக்கு
அமரர்க்கு அரசன் தமர்வந்து ஈண்டிஅவள்
காதற் கொழுநனைக் காட்டி அவளொடு எம்
கண்புலம் காண விண்புலம் போயது
இறும்பூது போலும் அஃ து அறிந்தருள் நீயென *(பதிகம். 1-9)*

"மலைநாட்டிலுள்ள நெடுவேள் குன்றில் வேங்கை மரத்தின் நிழலில் நின்ற கண்ணகிக்கு , தேவர்களுக்கு அரசனான இந்திரன் வந்து அவள் கணவன் கோவலனைக் காண்பித்து, இருவரையும் வானுலகிற்கு அழைத்துச் சென்ற அரிய காட்சியைத் தம் கண்களால் கண்ட மலைக் குறவர்கள், அதனை அவ்வாறே குணவாயில் கோட்டத்தில் தங்கியிருந்த சேர மன்னன் குடும்பத்தைச் சேர்ந்த இளங்கோவடிகளிடம் தெரிவித்தார்கள்" என்று சிலப்பதிகாரப் பதிகம் தொடங்குகிறது.

இதனைத் தொடர்ந்து,

அவன் உழை யிருந்த தண்டமிழ்ச் சாத்தன்
யான் அறி குவன்அது பட்டதென் றுரைப்போன் *(10 - 11)*

அப்போது அடிகள் அருகில் இருந்த பெரும் தமிழ்ப் புலவரான சாத்தனார், "நடந்ததை நான் அறிவேன்" என்று சொல்லி, கோவலன் - கண்ணகி வரலாறு முழுதினையும் அடிகளுக்குச் சொல்வதாகவே பதிகம் அமைகிறது. மொத்தம் 90 அடிகளில் அமைந்த பதிகத்தில் "யான் அறிகுவன்" என்று தொடங்கும் சாத்தனார்,

"கோட்டம் இல் கட்டுரை கேட்டனன், யான்.... ;"

(பதிகம் - 54)

என்று அவ்வரலாற்றை நிறைவுசெய்கிறார். கோவலன் கண்ணகி வரலாற்றினைக் கேட்ட இளங்கோ அடிகள் சாத்தனாரிடம்,

சூழ்வினைச் சிலம்பு காரண மாகச்

சிலப்பதி காரம் என்னும் பெயரால்

நாட்டுதும் யாம்ஓர் பாட்டுடைச் செய்யுள் ...... *(பதிகம். 58 - 60)*

சிலம்பு காரணமாகத் தோன்றியதால் சிலப்பதிகாரம் என்னும் பெயரால் ஒரு காப்பியத்தை நாம் இயற்றுவோம் என்று கூறுகிறார். அதற்கு சாத்தனார்,

"அடிகள் நீரே அருளுக என்றார் ....". *(பதிகம். 62)*

இதனைத் தொடர்ந்துவரும் பதிகத்தின் 63 - 87 அடிகள் காப்பியத்தின் பொருள் அடக்கமான 30 காதைகளையும் மிகச் சுருக்கமாக வரிசைப்படுத்துகின்றன.

"உரைசால் அடிகள் அருள, மதுரைக்

கூல வாணிகன் சாத்தன் கேட்டனன்.

இது, பால்வகை தெரிந்த பதிகத்தின் மரபு என்."

(பதிகம். 88 - 90)

30 காதைகளில் கோவலன் - கண்ணகி கதையினைக் காப்பியமாகப் படைத்ததை அடிகள் சொல்ல சாத்தனார் கேட்டார் என்றவாறு பதிகம் நிறைவுறுகிறது.

குன்றக் குறவர்கள் கூற சாத்தனார் கேட்டு, சாத்தனார் கூற இளங்கோ அடிகள் கேட்டார் என்ற வகையில் யாம் முன்னரே கூறிய வண்ணம் கண்ணகியின் வரலாறு ஒரு கர்ண பரம்பரைக் கதையாக வந்ததைப் பதிகமும் உறுதிசெய்கிறது.

இவ்வாறு காப்பியம் தோன்றிய வரலாற்றையும் அதன் உள்ளடக்கத்தையும் இளங்கோ அடிகள் இயல், இசை, நாடகம் என்னும் முத்தமிழிலுமாக ஒரு பாட்டுடைச் செய்யுளாகப் படைத்த வித்தகத்தையும் பதிகம் கூறுகிறது. இவ்வகையில் பதிகம் காப்பியத்திற்கு ஒரு சிறந்த முன்னுரையாக அமைகிறது. அதுவன்றி,

சிலம்பின் பல நுட்பங்களையும், அழகியல் கூறுகளையும் ஆழமாகப் புரிந்துகொள்ள பதிகமும், பதிக உரையும் பெரிதும் உதவிபுரிகின்றன. பதிகம் இன்றி காப்பியத்தைப் படித்தல் முழுமை பெறாது என்பதால், பதிகம் குறித்து ஈண்டு எடுத்துரைக்கப்பட்டுள்ளது.

பல்வகை வழிபாடுகள், சடங்குகள், கலை நிகழ்வுகள் என வட்டாரம் தோறும் கண்ணகி - கோவலன் கதை இறை உணர்வுடன் கொண்டாடப்பட்டுவரும் இந்தப் பின்னணியை மனதில் இருத்திக்கொண்டு, இளங்கோ அடிகள் அருளிச் செய்துள்ள சிலப்பதிகாரக் காப்பியத்தை அணுகவும், படிக்கவும் வேண்டும். அவ்வாறு காப்பியத்தை அணுகும்போதுதான் மேற்கூறியுள்ள அனைத்து அம்சங்களையும் உன்னதமான கவித்துவத்துடன் சிலப்பதிகாரம் என்னும் அரும் பெரும் காப்பியத்தைப் பழந்தமிழர் நாகரிகம், பண்பாடு, கலைகள் சார்ந்த வாழ்வியலின் வரலாற்று ஆவணமாகப் படைத்திருக்கும் மாண்பினை நம்மால் முழுதும் உணர இயலும்.

★★★

2. சிலப்பதிகாரம் – அறிமுகம்

தமிழ் இலக்கிய வரலாற்றினைத் தொல்காப்பியக் காலம், சங்க காலம், அடுத்து காப்பியக் காலம் என்று கால வரிசைப்படுத்துவர். காப்பியக் காலம் என்பது கி.பி. 2ஆம் நூற்றாண்டு முதல் 5ஆம் நூற்றாண்டுவரை எனப் பொதுவாக வரையறுக்கப்பட்டுள்ளது. தமிழில் காப்பியங்கள் பலவாறு குறிப்பிடப்படுகின்றன. முதன் முதலாகத் தோன்றிய காப்பிய நூல்கள் **ஐம்பெரும் காப்பியங்கள்** என்று அழைக்கப்படுகின்றன. இவற்றுள் முதலில் தோன்றிய காப்பியம் **சிலப்பதிகாரம்** ஆகும். ஒரு சிறப்பு வாய்ந்த சிலம்பினை மையப்படுத்தி இக் காப்பியம் உருவானதால் இதனை, 'சிலம்பு' என்றும் குறிப்பிடுவது மரபு. இக் காப்பியம் பல்வகைச் சிறப்புகளும் தனித் தன்மைகளும் கொண்டு விளங்குவதால் அறிஞர்களால் காலந்தோறும் போற்றப்பட்டுவருகிறது.

பழுதற்ற முத்தமிழின் பாடல் என்று உரையாசிரியர் அடியார்க்கு நல்லாராலும், நெஞ்சையள்ளும் சிலப்பதிகாரம் என்று மகாகவி பாரதியாராலும்,

> **தேனிலே ஊறிய செந்தமிழின் சுவை**
> **தேரும் சிலப்பதி காரம் அதை**
> **ஊனிலே எம்முயிர் உள்ளளவும் - நிதம்**
> **ஓதி உணர்ந்தின் புறுவோமே.**

என்று கவிமணி தேசிக விநாயகம் பிள்ளையாலும் போற்றப்படுவது சிலப்பதிகாரம்.

“பழைய உரையாசிரியர்களால் எடுத்துக்காட்டப்படும் பிரமாண நூல்களுள் ஒன்று; சொற்சுவை, பொருட்சுவைகளில் சிறந்து விளங்குவது; எவ்வெப்பொருளைச் சொல்லினும் அவ்வப்பொருளை நேரில் கண்டாற்போல மனத்திற்குத் தோற்றும் வண்ணம் நன்கு புலப்படுத்தும் தெள்ளிய இனிய நன்னடை உடையது. முத்தமிழும் விரவப் பெற்றதாதலின், இந் நூல் இயலிசை நாடகப் பொருள் தொடர் நிலைச் செய்யுள் என்றும், நாடக உறுப்புகளை உடைத்தாதலின் நாடகக் காப்பியம் என்றும், உரைப் பாட்டும் இசைப் பாட்டும் இடையிடையே விரவப் பெற்றதாதலின் உரையிடையிட்ட பாட்டுடைச் செய்யுளென்றும் பெயர் பெறும்” என்கிறார் நூலின் பதிப்பாசிரியரான உ.வே.சாமிநாதையர். (மூன்றாம் பதிப்பின் முன்னுரை)

காப்பியத்தின் கதை வேற்று மொழியிலிருந்தோ வேற்று மண்ணிலிருந்தோ வரவில்லை. தமிழ் மண்ணில் தோன்றிய கதையை அடிப்படையாகக் கொண்டு தமிழில் முதன்முதலில் படைக்கப்பட்ட காப்பிய நூல் சிலப்பதிகாரம். எனவே, தமிழ்க் காப்பிய வரிசையில் இதுவே முதல் நூல் என்று போற்றப்படுகிறது.

சோழநாட்டின் தலைநகர் காவிரிப்பூம்பட்டினத்தில் வாழ்ந்த பெருங்குடி வணிகரான மாசாத்துவான் என்பார் புதல்வன் கோவலன், மற்றொரு பெரு வணிகரான மாநாய்கன் என்பார் புதல்வியான கண்ணகி, கணிகையான மாதவி ஆகிய மூவரும் காப்பியத்தின் முதன்மைக் கதை மாந்தர்களாகப் படைக்கப்பட்டுள்ளனர். காப்பியத்தின் கதைத் தலைவர்கள் அரச குடும்பத்தினராக இல்லாது சாதாரணக் குடிமக்கள் சமூகம் சார்ந்தவர்களாக இருப்பதால், இதற்குக் **குடிமக்கள் காப்பியம்** என்றும், காப்பியம் முழுதும் முத்தமிழும் விரவியிருப்பதால் **முத்தமிழ்க் காப்பியம்** என்றும் சிறப்பான பெயர்கள் உண்டு.

மேலும், இக் காப்பியம் மதம், சமயம் ஆகியவற்றைக் கடந்து சைவம், வைணவம் சார்ந்த கடவுளர்கள், தேவர்கள், நாட்டுப்புற வழிபாட்டு முறைகள், கூத்துகள், கலை வடிவங்கள், வேட்டுவர், குறவர், ஆய்ச்சியர் எனப் பல குடியினரின் பண்பாட்டுக் கூறுகள் என அனைத்தையும் கொண்டாடும் வகையில் அமைந்த

காப்பியம்; அத்துடன் கோவலன், கண்ணகி இருவரையும் பேணிப் பாதுகாக்கும் கவுந்தி அடிகளும், ஒரு சமண மதத் துறவியாவார். இவ்வகையில் இதனை ஒரு **சமூக நல்லிணக்கக் காப்பியம்** என்றும் **மத நல்லிணக்கக் காப்பியம்** *(Secular Epic)* என்றும் இந் நூல் ஆசிரியர் குறிப்பிடுவது சாலப் பொருத்தமாகும்.

நூலின் உள்ளடக்கம்:

பத்துப் பகுதிகளை உடைய புகார் காண்டம், பதின்மூன்று பகுதிகளை உடைய **மதுரைக் காண்டம்**, ஏழு பகுதிகளை உடைய **வஞ்சிக் காண்டம்** என மூன்று காண்டங்களில் 30 பகுதிகளைக் கொண்ட பெருநூலாகக் காப்பியம் விளங்குகின்றது. உள்ளடக்கத்தைப் பதிகம் சிறப்பாகவும் சுருக்கமாகவும் எடுத்துரைக்கிறது.

மங்கல வாழ்த்துப் பாடலும், குரவர்
மனையறம் படுத்த காதையும், நடம் நவில்
மங்கை மாதவி அரங்கேற்று காதையும்,
அந்தி மாலைச் சிறப்புச் செய் காதையும்,
இந்திர விழவு ஊர் எடுத்த காதையும்,
கடல் ஆடு காதையும்,
மடல் அவிழ் கானல் வரியும், வேனில் வந்து இறுத்தென
மாதவி இரங்கிய காதையும், தீது உடைக்
கனாத் திறம் உரைத்த காதையும், வினாத் திறத்து
நாடு காண் காதையும், காடு காண் காதையும்,
வேட்டுவ வரியும், தோட்டு அலர் கோதையொடு
புறஞ்சேரி இறுத்த காதையும், கறங்கு இசை
ஊர் காண் காதையும், சீர்சால் நங்கை
அடைக்கலக் காதையும், கொலைக்களக் காதையும்,
ஆய்ச்சியர் குரவையும், தீத் திறம் கேட்ட
துன்ப மாலையும், நண்பகல் நடுங்கிய
ஊர் சூழ் வரியும், சீர்சால் வேந்தனொடு
வழக்கு உரை காதையும், வஞ்சின மாலையும்

அழல் படு காதையும், அரும் தெய்வம் தோன்றிக்
கட்டுரை காதையும், மட்டு அலர் கோதையர் உரை
குன்றக் குரவையும் - என்று, இவை அனைத்துடன்
காட்சி, கால்கோள், நீர்ப்படை, நடுகல்,
வாழ்த்து, வரம் தரு காதையொடு
இவ் ஆறு - ஐந்தும்
உரை இடையிட்ட பாட்டு உடைச் செய்யுள்
உரைசால் அடிகள் அருள, மதுரைக்
கூல வாணிகன் சாத்தன் கேட்டனன். *(பதிகம். 63 89)*

அடுத்து வரும் இயலில் இதே வகையில் காப்பியத்தின் கதைச் சுருக்கம் தரப்படுகிறது.

இளங்கோவடிகள் வரலாறு:

இக் காப்பியத்தின் ஆசிரியர் சேர நாட்டு அரசர் குடும்பத்தில் இளவரசராகப் பிறந்த இளங்கோ ஆவார். ஆசிரியர் வரலாற்றினை அறிந்துகொள்ள சிலப்பதிகாரக் காப்பியமே நமக்குத் துணைபுரிகிறது.

குணவாயிற் கோட்டத்து அரசுதுறந் திருந்த
குடக்கோச் சேரல் இளங்கோ வடிகள் .....

என்று தொடங்கும் பதிகம் இந்நூலாசிரியராகிய இளங்கோவடிகள் ஒரு துறவி என்றும், சேர மன்னர் குடும்பத்தைச் சேர்ந்தவர் என்றும் நமக்கு அறிமுகப்படுத்துகிறது. வஞ்சியைத் தலைநகராகக் கொண்டு ஆட்சிபுரிந்த மன்னன் சேரலாதனின் இரண்டாவது மைந்தரும் சேரன் செங்குட்டுவனின் தம்பியும் ஆவார். இளங்கோவாகிய இவர் துறவு மேற்கொண்டதன் காரணமாக இளங்கோ அடிகள் எனப் பெயர் பெற்றார். இச் செய்தி அடிகள் கூற்றாகவே நிறைவுப் பகுதியான 'வரம் தரு காதை'யில் இடம்பெற்றுள்ளது.

தேவந்திகைமேல் திகழ்ந்து தோன்றி,
'வஞ்சி மூதூர் மணி மண்டபத்திடை
நுந்தை தாள் நிழல் இருந்தோய்! நின்னை
"அரைசு வீற்றிருக்கும் திருப் பொறி உண்டு" என்று,

உரைசெய்தவன் மேல் உருத்து நோக்கி,
கொங்கு அவிழ் நறுந் தார்க் கொடித் தேர்த் தானைச்
செங்குட்டுவன் - தன் செல்லல் நீங்க,
பகல் செல் வாயில் படியோர் - தம்முன்,
அகலிடப் பாரம் அகல நீக்கி,
சிந்தை செல்லாச் சேண் நெடுந் தூரத்து,
அந்தம் இல் இன்பத்து, அரசு ஆள் வேந்து' என்று - *(172-182)*

"மணி மண்டபத்திடை நின் தந்தையாகிய சேரலனிடத்தே நீயிருக்க, ஒரு நிமித்திகன் ஆங்கு வந்து நின்னை நோக்கி, நின்னிடை அரசு வீற்றிருக்கும் இலக்கணம் உண்டென்று கூற, அரசாள என் தமையனாகிய செங்குட்டுவனிருக்க நீ இவ்வாறு முறைமை கெடக் கூறினாய் என்று அவனை வெகுண்டு நோக்கிச் செங்குட்டுவனுக்குத் துன்பம் வராதபடி திருக்கணவாயிலிடத்துத் துறந்து வதிந்த முனிவர்முன் போந்து இவ்வுலகினையாளும் அரசினையொழித்து முத்தியாகிய அரசினையாளத் தக்க வேந்தனாயினையல்லையோ என்று முன்னர் நிகழ்ந்ததும் மேல் நிகழ்வதுமாகிய என் திறமுரைத்த இமையோ ரிளங் கொடியின் திறமுரைத்தனைத் தெரிவுறக் கேட்ட திருத்தகு நல்லீர் என்க" என்று இப்பகுதிக்கு ந.மு.வேங்கடசாமி நாட்டார் உரை கூறுகிறார்.

இதன் காரணமாகவே,

ஓரும் தமிழொரு மூன்றும் உலகின்புற வகுத்துச்
சேரன் தெரித்த சிலப்பதிகாரம்

என்று அடியார்க்கு நல்லார் உரைச் சிறப்புப் பாயிரத்திலும்,

கொண்டாடும் செஞ்சொற் குடக்கோ முனிசேரன்
தண்டா வுரை முத்தமிழ். என்றும்,

சிலப்பதிகாரம் செயதானெடுஞ் சேரர் சிகாமணியே - என்றும் நூற் சிறப்புப் பாயிரத்திலும் இந் நூல் ஆசிரியர் புகழ்ந்து போற்றப்படுகிறார்.

மேலும், வாழ்த்துக் காதையின் 'உரைப் பாட்டு மடை'யில்,

"உலகாண்ட சேரலாதற்குத் திகழொளி ஞாயிற்றுச் சோழன் மகள் ஈன்ற மைந்தன்" செங்குட்டுவன்

என்று கூறப்படுகிறது. இக்கூற்று அவன் இளவலான இளங்கோவுக்கும் பொருந்துவதே.

இவர் இந்நூல் இயற்றுதற்குக் காரணம் இதன் பதிகத்து முற்பகுதியால் விளங்கும். துறவு பூண்ட பின்னரே இஃது இவரால் இயற்றப்பட்டது. இவர் இவ் வரலாறு நிகழ்ந்த காலத்து இருந்தவர் ஆதலால் காவிரிப்பூம்பட்டினத்திலும், மதுரையிலும் நிகழ்ந்தவற்றை அறிந்தோர்வாய்க் கேட்டும், வஞ்சி நகரத்திலும் வட நாட்டிலும் நிகழ்ந்தவற்றை நேரிற் கண்டும் கேட்டும் இதனை இயற்றினாராவர்.

சமயம் : இளங்கோ அடிகள் சமண சமயத்தைத் தழுவியவர் என்றே கூறப்படுகிறது. ஆயினும், ந.மு.வேங்கடசாமி நாட்டார் போன்ற ஒரு சாரார் அதனை மறுத்து, அடிகள் சைவ சமயத்தைச் சேர்ந்தவரே என்ற வாதத்தை முன்வைக்கின்றனர்.

எவ்வாறாயினும், சாதி, சமய பேதங்களை எல்லாம் கடந்து, விருப்பு, வெறுப்பு இன்றி எல்லாச் சமயங்களையும் அடிகள் மதித்துப் பாடியிருப்பதற்குச் சான்றாக நூல் திகழ்கிறது. அதேபோன்று தாம் சேர மன்னர் குடும்பத்தைச் சேர்ந்தவராயிருந்தும் சேர, சோழ, பாண்டிய மன்னர்களின் மாண்புகளைப் பாடும்போது எவ்வித வேறுபாடும் காட்டாது பாராட்டியிருக்கும் பண்பு இவருடைய நடுவுநிலையையும் மனத் தூய்மையையும் நன்கு புலப்படுத்துகின்றன.

காலம்:

செங்குட்டுவன் பத்தினிக் கோட்டம் இயற்றிக் கண்ணகிக்கு விழா கொண்டாடிய காலத்து இலங்கை அரசனாகிய கயவாகு என்பவன் உடனிருந்தான் என்று 'வரம் தரு காதை'யிலும், அக் கயவாகுவும் இலங்கையில் கண்ணகிக்குக் கோயில் கட்டுவித்து விழா கொண்டாடினான் என்று இந்நூலின் முன்னுள்ள உரைபெறு கட்டுரையிலும் கூறப்படுகிறது. மேலும், இலங்கையில் கயவாகு என்னும் அரசன் கி.பி. இரண்டாம் நூற்றாண்டின் முற்பகுதியில் இருந்தானென இலங்கைச் சரிதத்தால் அறியப்படுகிறது. எனவே, இளங்கோ அடிகள் வாழ்ந்ததும், இந்நூலை இயற்றியதும் அதே காலத்தில்தான் என்பது உறுதிசெய்யப்படுகிறது.

காப்பியம் தோன்றிய வரலாறு:

"மலைநாட்டிலுள்ள நெடுவேள் குன்றில் வேங்கை மரத்தின் நிழலில் நின்ற கண்ணகிக்கு, தேவர்களுக்கு அரசனான இந்திரன் வந்து அவள் கணவன் கோவலனைக் காண்பித்து இருவரையும் வானுலகிற்கு அழைத்துச் சென்ற அரிய காட்சியைத் தம் கண்களால் கண்ட மலைக் குறவர்கள், அதனை அவ்வாறே குணவாயில் கோட்டத்தில் தங்கியிருந்த சேர மன்னன் குடும்பத்தைச் சேர்ந்த இளங்கோவடிகளிடம் தெரிவித்தார்கள்."

அப்போது அடிகள் அருகில் இருந்த பெரும் தமிழ்ப் புலவரான சாத்தனார் "நடந்ததை நான் அறிவேன்"என்று சொல்லி, கோவலன் - கண்ணகி வரலாறு முழுதினையும் அடிகளுக்குச் சொல்கிறார். அக் கதையினை அடிகளே காப்பியமாகச் செய்தருள வேண்டும் என்று கூறுகிறார்.

கோவலன் கண்ணகி வரலாற்றினைக் கேட்ட இளங்கோ அடிகள் சாத்தனாரிடம்,

சூழ்வினைச் சிலம்பு காரண மாகச்
சிலப்பதி காரம் என்னும் பெயரால்
நாட்டுதும் யாம்ஓர் பாட்டுடைச் செய்யுள் ......

(பதிகம். 58 - 60)

என்று கூறி, சிலப்பதிகாரம் என்னும் பெயரால் தமிழின் முதல் காப்பியத்தை அருளிச் செய்தார். சுமார் 1800 ஆண்டுகளுக்கும் முன்னர் இயற்றப்பட்ட சிலப்பதிகாரம் இன்றளவும் பழந்தமிழரின் நாகரிகம், பண்பாடு, வாழ்வியல், வரலாறு, இசை, கூத்து, நாட்டியம், நாட்டுப்புற நிகழ்த்துக் கலைகள், சமயம் சார்ந்த வழிபாடுகள், தொன்மங்கள், நம்பிக்கைகள், சடங்குகள், அரசியல் நெறிகள் ஆகியவற்றிற்கான ஓர் ஆதாரபூர்வமான ஆவணமாகத் திகழ்கிறது.

இதன் காரணமாகவே மகாகவி பாரதியார் தமிழ்ச் சாதி அமரத் தன்மை வாய்ந்து விளங்கும் என்ற நம்பிக்கையுடன் **'இருதலைக் கொள்ளியின் இடையே'** *என்னும் கவிதையில் பின்வருமாறு சிலப்பதிகாரத்தைப் போற்றுகின்றார்.*

சிலப்பதிகாரச் செய்யுளைக் கருதியும்

. . . . .

எல்லையொன்றின்மை எனும் பொருள் அதனைக்
கம்பன் குறிகளால் காட்டிட முயலும்
முயற்சியைக் கருதியும், முன்பு நான் தமிழ்ச்
சாதியை அமரத் தன்மை வாய்ந்தது என்று
உறுதி கொண்டிருந்தேன்.

திருக்குறள், சிலப்பதிகாரம், கம்ப ராமாயணம் ஆகிய மூன்று படைப்புகளும் தமிழ்ச் சமூகத்திற்கு அழியா வரம் தர வல்லவை என்று பாரதி நம்பினார். இதன் அடிப்படையில் தான்,

யாமறிந்த புலவரிலே ....
.... இளங்கோவைப் போல்
பூமி தனில் யாங்கணுமே பிறந்ததிலை

என்று புகழ்ந்து பாடுகின்றார்.

உரை ஆசிரியர்கள்:

சிலப்பதிகாரத்திற்கு **அரும்பதவுரை, அடியார்க்குநல்லார் உரை** என்று இரண்டு உரைகள் மட்டுமே கிடைத்துள்ளன. இவ்விரண்டு உரைகளின் உதவி இன்றி மூலக் காப்பியத்தின் நுணுக்கங்களை எவரும் முழுமையாக உணர்ந்துகொள்ள இயலாது. இவற்றுள் அரும்பதவுரை முழுமையாக உள்ளது; அடியார்க்கு நல்லார் உரை, கானல்வரி நீங்கலாக ஊர்சூழ் வரி வரை மட்டுமே உள்ளது; மற்ற பகுதிகளுக்குக் கிடைக்கவில்லை என்பதாக பதிப்பாசிரியர் உ.வே. சாமிநாதையர் குறிப்பிடுகிறார். இவ்விருவர் பற்றியும் வரலாற்றுத் தகவல்கள் எதுவும் முழுமையாகக் கிடைக்கவில்லை.

அரும்பதவுரையாசிரியர் வரலாறு

“இவருடைய பெயர் முதலியன யாதொன்றும் தெரியவில்லை. இவரது காலம் நச்சினார்க்கினியர், அடியார்க்கு நல்லார் என்பவர்களின் காலத்திற்கு முந்தியதென்று மட்டும் தெரிகிறது. இவர்,

கரும்பு மிளநீருங் கட்டிக் கனியும்
விரும்பும் விநாயகனை வேண்டி - அரும்பவிழ்தார்ச்
சேரமான் செய்த சிலப்பதி காரத்தைச்
சாரமாய் நாவே தரி.

எனத் தொடக்கத்தில் மூத்த பிள்ளையார்க்கு வாழ்த்துக் கூறியிருப்பதும், "பிறவா யாக்கைப் பெரியோன்" *(5; 169)* என்புழி, 'பெரி யோன் - மகாதேவன்' என்றும், "மறைமுது முதல்வன்" (வேட்டு வரி. இறுதி.) என்புழி 'மறைமுது முதல்வன் - மாதேவன்' என்றும் உரைத்திருப்பதும் போல்வனவற்றால் இவரது சமயம் சைவமாம் என்பதும், சைவநூல்களின் துணிபொருளையும் மரபினையும் இவர் நன்கறிந்தவராவரென்பதும் புலனாகின்றன. ஆயின், 'அறிவனென்றது உறையூர் ஸ்ரீகோயில் நாயனாரை' *(11; 4. உரை)* எனவும், 'திருமால் குன்றம் - அழகர் திருமலை' *(11; 91. உரை)* எனவும் இவர் கூறியிருப்பன போல்வன இவர் ஏனைச் சமயத்தார்களின் கொள்கைகளையும் மதித்து மரபு பிறழாமலே உரைக்குமியல்பினரென்பதனைப் புலப்படுத்துகின்றன.

அருஞ்சொற்களையெடுத்துக் காட்டிப் பொருள் கூறுதலும் ஒரே வழித் தொடர்களின் முதல் இறுதிகளையேனும், முதலை மட்டுமேனும் காட்டிப் பொருளுரைத்தலும், இன்றியமையா இலக்கணங்களைக் குறித்தலும். சொற்பொருண் முடிபு காட்டுதலும், சிறுபான்மை, நீண்ட தொடர்கட்குப் பொழிப்புரை கூறிவிட்டுப் பின்பு அவற்றின் பகுதிகளைத் தனித்தனி யெடுத்து விளக்குதலும் முதலாயின இவர் உரையின் இயல்புகளாம். இசை நாடகப் பகுதிகட்கு உரை கூறிய வகையில் அடியார்க்கு நல்லாரும் இவருக்குக் கடன்பட்டவராவார். வேனிற் காதையில் அகநிலை மருதம் புறநிலை மருதம், அருகியன் மருதம், பெருகியன் மருதம் *(8: 39,40)* என்பவற்றிற்கு இவர் இலக்கணமும் பாட்டும் மாத்திரையும் காட்டியிருப்பதும், அடியார்க்கு நல்லார் அவற்றை வாளாவிட்டிருப்பதும் அறியற்பாலன.

அடியார்க்கு நல்லார் உரையெழுதுதற்கும் பெரிதும் துணையாயிருந்தது இவ் அரும்பதவுரையே. இவர், "என்பாரு முளர்" என்றங்கு ஒரே வழிக் கூறுதலால் இவருக்கு முன்பும் ஒருரை இருந்திருக்கலாமெனத் தோன்றுகிறது; ஆனால் அவ்வுரை

இப்பொழுது கிடைக்கவில்லை. இவ்வரும்பத வுரையையே பெரும் கருவியாகக் கொண்டு இந்நூலுக்கு **அடியார்க்கு நல்லார்** உரை செய்தனர்; இவ்விரண்டு உரைகளுள் அரும்பத உரையே முந்தையது.

அடியார்க்கு நல்லார் வரலாறு

இவருடைய குலம், சமயம், காலம் என்பன இன்னவெனப் புலப்படவில்லை. எனினும் இவரது காலம் நச்சினார்க்கினியர் காலத்திற்கு முந்தியதாகும் என்று மட்டும் கருதப்படுகிறது. இவ்வுரையில், இக்காலத்தில் விசேடித்து வழங்காத இசைத்தமிழ், நாடகத்தமிழ் இலக்கணங்களும் அவற்றிற்குரிய சூத்திரங்களும், பரிபாஷைகளும், இன்னும் வேறு பலவும் நிறைந்திருக்கின்றனவாதலால், இது நூலாராய்ச்சி செய்வோருக்கு மிகவும் பயன்படும்.

இவருரைக்குச் சிறப்புப் பாயிரமாகக் காணப்படும் கீழ்க்காணும் செய்யுட்களால் இவருக்கு **நிரம்பையர் காவலர்** என ஓர் பெயருண்டென்பதும், அக்காலத் திருந்த **பொப்பண்ண காங்கெயர்கோன்** என்னும் பிரபு இவருக்கு உதவிசெய்து இவ்வுரை செய்விக்கப்பட்டதென்பதும் விளங்குகின்றன. "இவருக்கு நிரம்பையர் காவலர் என்னும் பெயர் ஊரால் வந்ததென்றும், நிரம்பையென்னும் ஊர் கொங்கு மண்டலத்தில் குறும்பு நாட்டில் பெருங்கதையின் ஆசிரியராகிய கொங்குவேளிர் பிறந்த விசயமங்கலத்தின் பக்கத்திலுள்ளதென்றும் கொங்கு மண்டல சதகம் தெரிவிக்கின்றது. *(உ.வே.சா. முகவுரை. சிலப். 3ஆம் பதிப்பு. பக்.10, 11.)*

உரைச் சிறப்புப் பாயிரம்

1. ஒருந் தமிழொரு மூன்று முலகின் புறவகுத்துச்
சேரன் றெரித்த சிலப்பதி காரத்திற் சேர்ந்தபொருள்
ஆருந் தெரிய விரித்துரைத் தானடி யார்க்குநல்லான்
காருந் தருவு மனையான் நிரம்பையர் காவலனே.
2. காற்றைப் பிடித்துக் கடத்தி லடைத்த கடியபெருங்
காற்றைக் குரம்பைசெய் வார்செய்கை போலுமற்
காலமெனுங்

கூற்றைத் தவிர்த்தருள் பொப்பண்ண காங்கெயர் கோனளித்த

சோற்றுச் செருக்கல்ல வோதமிழ் மூன்றுரை சொல்வித்ததே.

அடியார்க்கு நல்லார் உரைக்குச் சிறப்புப் பாயிரமாகக் காணப்படும் பழைய செய்யுட்கள் என்று செய்யுள்களை வேங்கடசாமி நாட்டார் சுட்டிக் காட்டுகிறார்.

பருந்து நிழலுமெனப் பாவு முரையும்
பொருந்துநெறி யெல்லாப் பொருளுந் - தெரிந்திப்
படியார்க்கு நல்லமிர்தம் பாலித்தா னன்னூல்
அடியார்க்கு நல்லானென் பான்.

நீடிருங் குன்ற நிழல்காலு மண்டிலத்துக்
கோடுகோ டாய்த்தோன்றுங் கொள்கைத்தே - கூடலார்
கொண்டாடுஞ் செஞ்சொற் குடக்கோ முனிசேரன்
தண்டா வுரைமுத் தமிழ்.

'சிலப்பதிகாரம்' அறிமுகம் செய்யப்படும்போதெல்லாம் இந்நூலின் முதல் பதிப்பாசிரியரான உ.வே. சாமிநாதையர் தொடங்கி இதனைப் பதிப்பிப்போர் அனைவருமே இவ்விரண்டு உரையாசிரியர்கள் பற்றிய குறிப்புகளையும் தருகின்றனர். ஏனெனில், இக்காப்பியத்தை முழுமையாகப் புரிந்துகொள்ளவும், ஈராயிரம் ஆண்டுகளுக்கும் முந்தைய தமிழர் கலைகள், பண்பாடு, நாகரிகம், சமயம், சடங்குகள், நம்பிக்கைகள் தொடர்பான பரந்துபட்ட வரலாற்றுச் செய்திகளை அறிந்துகொள்ளவும் இவ்வுரைகளே நமக்கு உதவுகின்றன. குறிப்பாக, அடியார்க்குநல்லார் உரையில் காணப்படும் எண்ணற்ற மேற்கோள் பாடல்கள் வாயிலாக மறைந்துபோன இயல், இசை, நாடகத் தமிழ்களின் இலக்கிய, இலக்கண நூல்கள் பற்றியும் அறிய முடிகிறது.

மேலும், அடியார்க்குநல்லார் உரையில் இடம்பெற்றுள்ள இசை, நாடகம் சார்ந்த அரிய தகவல்களே இந்த ஆய்வுக்கும் அடிகோலுகிறது. இவ்வுரை காப்பியத்திற்கான ஒரு பதவுரையாகவோ பொழிப்புரையாகவோ, விளக்க உரையாகவோ

மட்டும் அமையாது, ஒரு திறனாய்வாகவும் *(Critical Analysis)* விளங்குகிறது. இக்காப்பியம் சார்ந்து வெளிவந்துள்ள இசை, நாடகம், பண்பாடு தொடர்பான ஆராய்ச்சிகளுக்கெல்லாம் அடிப்படையாக விளங்குவது அடியார்க்குநல்லார் உரையே என்பதில் எள்ளளவும் ஐயமில்லை. எனவே, இந்நூலிலும் உரையாசிரியர்கள் வரலாறு தவிர்க்க இயலாத ஒன்றாக நிற்கிறது.

★★★

3. கதைச் சுருக்கம்

அ. புகார் காண்டம்

இக்காண்டம் பத்து அதிகாரங்களைக் கொண்டது. காப்பியத்தில் சோழ நாட்டில் இடம்பெறும் நிகழ்வுகளை உள்ளடக்கியது. பின்னணியில் சோழ மன்னர் சிறப்பு, புகாரின் மக்கள், நிலவளம், கலைவளம், வாழ்வியல், செல்வ வளம் முதலானவையும் இயற்கை அழகும் அடிகளால் வருணிக்கப்படுகின்றன. காப்பியத்திற்கான கருப் பொருள்களில் ஒன்றான, **"ஊழ்வினை யுருத்துவந்து ஊட்டு மென்பதூஉம்"** என்னும் நெறி இங்கு நிலைநாட்டப்படுகிறது.

மங்கல வாழ்த்துப் பாடல்

சோழ நாட்டின் தலைநகரான பூம்புகார் நகரில் வாழ்ந்துவரும் பெருவணிகர் மாசாத்துவானின் மைந்தன் 16 வயது கோவலனுக்கும், பெருவணிகர் மாநாய்கனின் மகள் 12 வயது கண்ணகிக்கும் திருமணம் மிகச் சிறப்பாக நடைபெறுகிறது. கோவலன் செவ்வேளுடனும், கண்ணகி அருந்ததியுடனும் ஒப்பிடப்படுகின்றனர். மணமகளை மாதர்கள் பலர் சூழ்ந்து நின்று மங்கல வாழ்த்து உரைத்தலை இப்பகுதி விவரிக்கிறது.

மனையறம் படுத்த காதை

கோவலன், கண்ணகி இருவரும் சிறப்பாக இல்லறம் நடத்திய பாங்கினை இக்காதை விளக்குகிறது. கோவலனின் பெற்றோர்

அவர்களின் இல்லறம் மகிழ்ச்சியாக நடப்பதற்காக அவர்களைத் தனியே குடிவைக்கின்றனர். சில ஆண்டுகள் அவர்களின் இல்வாழ்வும் இன்பமுடனேயே கழிகின்றது என்பதுடன் இக்காதை நிறைவடைகிறது.

அரங்கேற்று காதை

புகார் நகரில் கணிகையர் குலத்தில் பிறந்த, அழகில் சிறந்த மாதவி, நாட்டியம், இசை, யாழிசை என நுண்கலைகளில் மிகுந்த தேர்ச்சி பெற்றவள். இவள் தேவலோக ஆடல் அரசியாம் உறுப்பசி(ஊர்வசி) மரபில் வந்து பிறந்தவள் என்ற குறிப்புடன் இக் காதை தொடங்குகிறது. ஏழு ஆண்டுகள் நுண் கலைகளில் பயிற்சி பெற்று, சோழ மன்னன் அவையில் அரங்கேறி, அந்நாட்டு நடைமுறையைப் பின்பற்றி சோழ மன்னன் பச்சை மாலையையும், 'தலைக்கோலி' என்ற பட்டத்தையும், ஆயிரத்து எட்டுக் கழஞ்சு பொன்னையும் மாதவிக்குப் பரிசாக அளிக்கிறான். மாதவியின் தாய் கூறியதற்கேற்ப, கூனி ஒருத்தி, மாதவியின் மாலைக்கு உரிய விலை கொடுத்து வாங்குபவர்கள் "மாதவியை மணக்கலாம்" என்று நகரத்து இளைஞர் பலரும் திரிந்துகொண்டிருக்கிற புகார் நகரின் பெரிய தெருவிலே அறிவிக்கிறாள். கோவலன் அதற்குரிய ஆயிரம் பொன்னையும் தந்து அம்மாலையைப் பெறுகிறான். கூனியுடனே, கோவலனும் மாதவியின் மனைக்குச் சென்று, அவளுடன் கூடி மகிழ்கிறான். தம் இல்லத்தையும், மனைவி கண்ணகியையும் சுற்றத்தையும் அறவே மறந்து, அங்கேயே நிலையாகத் தங்கிவிடுகிறான் என்று முடிகிறது இக்காதை.

இந்நிகழ்வுகளின் ஊடாக, தொல் தமிழரின் இசை, நாட்டியம், கூத்து, இசைக் கருவிகள், இசை, நாடக, நாட்டியக் கலைஞர்கள், அவர்களுக்கான இலக்கணம், நாடக அரங்க நிர்மாணம், மேடை அமைப்பு, பல்வகைக் கூத்துகள், அவற்றிற்கான இலக்கணம் என தமிழரின் மரபுக் கலைகள் அனைத்தையும் விவரிக்கும் தொன்மையான ஓர் ஆவணமாகத் திகழ்கிறது அரங்கேற்று காதை.

அந்தி மாலை சிறப்புசெய் காதை

தென்றல் காற்றுடன் நிலா ஒளி பரவியிருந்த மாலைப் பொழுதில் பூம்புகாரில் கோவலனும் மாதவியும் ஊடியும் கூடியும் மகிழ்ந்திருக்கின்றனர். கணவனோடு கூடியிருந்தோர்

அனைவரின் நிலையும் இதுவே. அதே மாலைவேளையில் கணவனைப் பிரிந்திருந்த கண்ணகியும், பிற மகளிரும் துன்பமே வடிவாயிருக்கின்றனர். இவ்வாறு மன்மதன் அந்நகரத்தை இரவு முழுதும் இன்பத்திலும் துன்பத்திலும் ஆழ்த்தி ஆட்சி செய்து வந்தான் என்று இயம்புகிறது இக் காதை.

இந்திரவிழவு ஊர் எடுத்த காதை

புகார் நகரத்தில் வாழ்ந்த பல்வேறு வகையினரான குடிமக்களும் இந்திர விழாவினைக் கொண்டாடிய சிறப்பினை விவரிக்கிறது இக்காதை. புகார் நகரின் மருவூர்ப் பாக்கம், பட்டினப் பாக்கம் ஆகிய இடங்களின் சிறப்பையும், ஐவகை மன்றங்களாகிய தெய்வமன்றம், இலஞ்சிமன்றம், ஒளிக்கல் மன்றம், பூத சதுக்க மன்றம், பாவை மன்றம் ஆகியவற்றில் பல்வேறு பலிகளையும் இட்டு மக்கள் பலரும் வழிபட்டுப் போற்றிய நிகழ்ச்சியையும் எடுத்துரைக்கின்றது. வழிபாடுகளும் விழாக்களும் நகரம் முழுதும் நிகழ்கின்றன. காட்சி வருணனைகள் மிகவும் நிறைந்த பகுதி இது. கண்ணகியின் கருங்கண்ணும் மாதவியின் செங்கண்ணும் தத்தம் உள்ளத்தின் எண்ணத்தை மறைத்து நீர் உகுத்தன. அவ்வேளையில் கண்ணகிக்கு இடக்கண்ணும் மாதவிக்கு வலக்கண்ணும் துடித்தன என்பதுடன் இப்பகுதி நிறைவுக்கு வருகிறது.

கடலாடு காதை

விண்ணுலகத்து ஆடல் அரசியான உருப்பசி(ஊர்வசி) சாபத்தினால் இப்பிறவியில் புகாரில் மாதவியாகப் பிறந்திருக்கிறாள் என்ற புராணக் குறிப்புடன் இப்பகுதி தொடங்குகிறது. விஞ்சையன் ஒருவன், தன் காதலியுடன் வடகோடியிலிருந்து புகாருக்கு இந்திர விழா காண வந்து, மாதவியின் பதினொரு வகை ஆடல்களையும் அவளுக்குக் காட்டி மகிழ்ந்தான். அவன் மட்டுமின்றி, விண்ணுலக தேவர்களும் பிறர் காணா வண்ணம் மறைந்துவந்து மாதவியின் ஆடலைக் கண்டுகளித்தனர். எல்லோரும் கண்டுகளிக்கும் வகையில் மாதவி பொது மன்றில் ஆடியதால் கோவலனுக்குச் சிறிது வருத்தம் தோன்றுகிறது. விழா முடிந்ததும் மாதவி கோவலனுடன் கடலாட விரும்பினாள். இருவரும் கடற்கரைச் சோலைக்குச் செல்கின்றனர். அங்கே புது மணற் பரப்பில் சுற்றிலும் திரைசூழ, விதானம் அமைந்த வெண்காற் கட்டிலில் இருவரும் இருந்தனர்.

கானல் வரி

புகார் நகரின் கடல் கானலில் கோவலனும் மாதவியும் யாழிசையுடன் சேர்ந்து கானல்வரிப் பாடல்களைப் பாடுகின்றனர். முதலில் கோவலன் பாடுகிறான்; மாதவி அவனுடைய பாடல்களில் ஏதோ உட்குறிப்பு உள்ளதாகக் கருதி, அவனிடமிருந்து யாழினை வாங்கி அதனை இசைத்துக்கொண்டே அவளும் ஒரு குறிப்புடையவள் போல் வரிப்பாடல்களைப் பாடுகிறாள். இந்நிலையில் "யாழிசை மேல் ஊழ்வினை உருத்துவந்து ஊட்ட" பகை நரம்பைத் தொட்டுவிடுகிறாள். அவள் வேறொன்றின் மேல் மனம் வைத்துப் பாடினாள் என எண்ணிய கோவலன், மாதவியைப் பிரிந்து தனியாகத் தன் இல்லம் திரும்புகிறான். செயலற்ற நெஞ்சினளான மாதவி தனியாகவே, தன் மனை சென்றடைகிறாள். காப்பியத்தின் திருப்புமுனையாக இப்பகுதி அமைகிறது.

வேனிற்காதை

இளவேனிற் பருவமும் வந்தது. கோவலனின் பிரிவாலே துயரடைந்த மாதவி, தன் தோழி வசந்தமாலையிடம் மடல் எழுதிக் கொடுத்து தூது அனுப்புகிறாள். ஆனால் கோவலன் மாதவியிடம் மீண்டும் வர மறுக்கிறான். இளவேனிற்கு முந்திய பருவத்தே பிரிந்தவன், இளவேனிற்காலம் வந்தும் அவன் வாராமை கண்டு, அவள் மனம் நிலைகொள்ளாது தவிக்கின்றது. இளவேனில் பற்றிய ஏக்கமே, கோவலனிடம் கண்ணகி நினைவையும் தூண்டிற்று என்பதும் இப்பகுதியில் கூறப்பட்டுள்ளது.

கனாத்திறம் உரைத்த கதை

கனவிலே நேற்றிரவு கோவலன் வந்தான். என் கைப்பற்றி 'வருக! என அழைத்தான். இருவரும் வீட்டைவிட்டுப் போய், ஒரு பெரிய நகரினுள் சென்றோம். சேர்ந்த நகரிலே என் மீது தேளினைப் பிடித்து இட்டவரைப்போலக், 'கோவலனுக்கு ஒரு தீங்கு விளைந்தது' என்று எங்கட்கு ஏலாததோர் பழிச் சொல்லினால் யான் பேச்சற்றேன்" என்று தான் கண்ட கனவை, கண்ணகி எடுத்துரைத்தாள். கோவலன் கண்ணகியிடம் மீண்டும் வந்தான். தன் மனைவியின் வாடிய மேனியும் வருத்தமும் கண்டான். தம் குலத்தவர் தந்த செல்வங்கள் எல்லாம் தொலைந்துபோன நிலை

தனக்கு வெட்கத்தைத் தருவதாகவும் கூறுகிறான். கண்ணகியோ புன்னகையுடன் "சிலம்புகள் உள்ளன; எடுத்துக்கொள்ளும்" என்கிறாள். பழவினை வந்து கோவலன் இச் சிலம்பை விற்று அதன் மூலம் இழந்த செல்வங்கள் யாவையும் பெறுவோம் என்கிறான். விடியுமுன் இருவரும் தம் வீட்டைவிட்டும், புகாரை விட்டும் வெளியேறி, மதுரை நோக்கிப் பயணப்படுகின்றனர். இப்பகுதி பின்னால் நனவாகப் போகின்ற கண்ணகியின் கனவை விவரிக்கிறது.

நாடுகாண் காதை

புகாரிலிருந்து வெளியேறிய கோவலனும் கண்ணகியும் காவிரியின் வடகரை வழியே நடந்து ஒரு பொழிலை அடைகின்றனர். அங்கு சமணப் பெண் முதிர் துறவியான கவுந்தி அடிகளைச் சந்திக்கின்றனர். அவருடன் சேர்ந்தே மதுரைக்குச் செல்லும் வழியில் திருவரங்கத்தைக் கடந்து, அம்மூவரும் உறையூர் சென்று சேர்கின்றனர். இத்துடன் புகார் காண்டம் நிறைவு பெறுகிறது.

ஆ. மதுரைக் காண்டம்

இது 13 காதைகளைக் கொண்டது. கண்ணகி, கோவலன் கதை நிகழ்வுகள் ஊடாக பாண்டிய மன்னர் சிறப்புகளையும், செல்வ வளம், குடிமக்கள் பெருமைகளையும் விளக்குவதாக அமைகிறது. கதை மதுரையை மையமாகக்கொள்கிறது. காப்பியத்திற்கான கருப்பொருள்களில் ஒன்றான '**அரசியல் பிழைத் தோர்க்கு அறங்கூற் றாவதூஉம்**' என்னும் நெறி இங்கு நிலைநாட்டப்படுகிறது.

காடு காண் காதை

கோவலன், கண்ணகி, கவுந்தியடிகள் என்னும் மூவரும், தென்திசை நோக்கி நடையைத் தொடர்ந்தனர். இடைவழியிலே மாங்காட்டு மறையோனைச் சந்தித்து, வழியின் இயல்புகளை அவன் மூலம் கேட்டு அறிந்தனர். கானுறை மயக்கும் தெய்வம் ஒன்று வசந்தமாலையின் வடிவிலே கோவலன் முன் தோன்றி அவனைத் தன்வயப்படுத்தக் கருதி, அவன் பாதங்களின் முன் வீழ்ந்து கண்ணீர் வடிக்கிறது. வசந்தமாலை, ஏதோ பிழைபட்ட சொற்களைக் கோவலனிடம் சொன்னதால்தான் கோவலன், தன்னைக் காண வராமல் கொடுமை செய்துவிட்டான் என்று மாதவி கூறி மயங்கியும் வீழ்ந்தாள் என்றும் மாதவி, கணிகையர்

வாழ்வு, என்றும் கடைப்பட்ட வாழ்வே போலும்! என்று சொல்லி வருந்திக் கண்ணீர் உகுத்ததாகவும் வசந்தமாலையின் வடிவில் தோன்றிய கானல் தெய்வம் கூறியது. மயக்கும் தெய்வம் இக்காட்டிலே உண்டு என்று வியக்கத்தக்க மறையவன் முன்னரே கோவலனிடம் கூறியிருந்ததால் கோவலன் அவள் மீது ஐயம் கொண்டு கொற்றவை மந்திரத்தைக் கூறுகிறான். அதைக் கேட்டு அஞ்சிய கானுறை தெய்வம் அவனை வணங்கி அகன்றது. அதன்பின்னர் மூவரும் வழியிலிருந்த ஐயையின் கோயிலைச் சென்றடைகின்றனர்.

வேட்டுவ வரி

மூவரும் ஐயைக் கோயிலில் ஒரு பக்கமாகச் சென்றிருந்து இளைப்பாறுகின்றனர். அங்கே 'சாலினி' தெய்வமேற்று, கண்ணகியைக் காட்டி, 'ஒரு மாமணியாய் உலகில் தோன்றிய திருமாமணி" எனப் பலவாறாக அவளுக்கு எதிர்காலத்தில் ஏற்படப் போகும் இறவாப் புகழினை விளம்புகின்றாள். அங்கு வேட்டுவர்கள் கொற்றவையின் புகழை வரிப்பாடல்களால் பாடி, கூத்து ஆடுகின்றனர். இது கூத்தால் பெற்ற பெயர் என்கிறது பதிக உரை.

புறஞ்சேரி இறுத்த காதை

மூவரும் பகல் நேர வெயிலைத் தவிர்த்து, இரவில் நிலவொளியில் மதுரைக்கு நடந்தனர். ஒருநாள் காலை நீர்த்துறையில் தனித்து இருக்கும் கோவலனிடம் மாதவியின் தூதனான கௌசிகன், மாதவியின் ஓலையுடன் வருகின்றான். கோவலன் புகாரை நீங்கிய பின், பெற்றோரும் உற்றோரும் அடைந்த துயரத்தையும், மாதவியின் துயரத்தையும் அக்கடிதத்தின் மூலம் அறிகிறான். மாதவி குற்றமற்றவள் என்பதை உணர்ந்து, அக்கடிதத்தைத் தன் பெற்றோரிடமே சேர்த்துவிடும்படி கோவலன் வேண்டுகிறான். பின்னர் கோவலன், அவ்வழியிடையே வந்து தங்கியிருந்த பாணருடன் கூடி யாழ் இசைக்கிறான். அவர்களிடம் மதுரையின் தூரத்தினைக் கேட்டறிந்து, வைகை ஆற்றைக் கடந்து தென்கரையினை அடைந்தனர். மதுரையின் மதில் புறத்தே இருந்த புறஞ்சேரிக்குச் சென்று தங்குகின்றனர்.

ஊர் காண் காதை

புறஞ்சேரியில் கோவலனின் துயர வரலாற்றினைக் கேட்ட கவுந்தி அடிகள், ஆறுதல் கூறி அவனை மதுரை நகரைக் கண்டு வருமாறு அனுப்புகிறார். கவுந்தியுடன் கண்ணகியைத் தங்கவைத்துவிட்டுக் கோவலன் மதுரை நகருக்குள் செல்கிறான். பரத்தையர் வீதிகளைக் கடந்து, அங்காடித் தெரு, இரத்தினக் கடை வீதி, பொன்கடை வீதி, அறுவை வீதி, கூல வீதி எனப் பல்வேறு வீதிகளையும் கண்டு மீண்டும் புறஞ்சேரியை வந்தடைகிறான் என்று கூறும் பகுதி இது.

அடைக்கலக் காதை

புறஞ்சேரிக்குத் திரும்பிய கோவலன் கவுந்தியிடம் மதுரை நகரின் சிறப்பினையும் பாண்டியனின் மேன்மையையும் எடுத்துக் கூறுகிறான். அப்போது குமரியில் நீராடித் திரும்பிய, 'மாடல மறையோன்' அங்கு வருகின்றான். கோவலனின் சிறப்புகளைக் கூறுகின்றான். துறந்தோருக்குரிய அவ்விடத்தை விட்டுப் பொழுது மறைவதற்குள் மதுரை நகருக்குள் சென்று தங்குமாறு மாடலனும் கவுந்தியும் கோவலனை வலியுறுத்துகின்றனர். அச்சமயத்தில், அவ்வழியாக வந்த மாதரி என்னும் இடைகுலப் பெண்ணிடம் கண்ணகியை அடைக்கலமாக அளிக்கின்றார் கவுந்தியடிகள். அவளும், கண்ணகியையும் கோவலனையும் அழைத்துக்கொண்டு கோட்டை வாயில் வழியாகத் தன் வீட்டிற்குச் செல்கிறாள்.

கொலைக்களக் காதை

கோவலன் கண்ணகி இருவரையும் தனியே ஒரு சிறிய இல்லத்தில் தங்கச் செய்து, பல்வகைக் கலங்களையும் பொருள்களையும் தருகின்றாள் மாதரி. தன் மகள் ஐயையைக் கண்ணகிக்குத் துணையாக அமர்த்தினாள். கண்ணகி தன் கணவனுக்குச் சுவையான உணவு படைக்கிறாள். அவளைப் பாராட்டிய கோவலன், தன் நிலைக்காக வருந்துகிறான். கண்ணகியின் காற்சிலம்புகளுள் ஒன்றைக் கையிலே எடுத்துக்கொண்டு மதுரை நகருக்குப் போய் விலை மாற்றி வருவதாகக் கூறிச் சென்றான். கடைவீதி வழியே செல்லும்போது, பொற்கொல்லன் ஒருவன் பல பொற்கொல்லர்கள் பின்தொடர நடந்து வந்தான். அவனை அரண்மனைப் பொற்கொல்லன் என்று கருதி கோவலன் தான்

கொண்டுவந்த காற்சிலம்பை அவனிடம் கொடுத்து விற்றுத் தருமாறு வேண்டுகின்றான். கோவலனைத் தன் வீட்டில் இருத்திவிட்டு, அக்கால் சிலம்பு அரசி அணிவதற்கே ஏற்றது என்பதால் அதனை மன்னரிடம் காண்பித்துவருவதாகச் சொல்லிச் சென்றான். பொற் கொல்லனின் சூழ்ச்சியால் பாண்டிய மன்னன் எவ்வித விசாரணையும் இன்றிக் கோவலனைத் திருடன் என முடிவுசெய்து அவனுக்கு மரண தண்டனை விதிக்கிறான். கொலையாளிகளால் கோவலன் கொலையுண்டு மடிகிறான். காப்பியத் தலைவனுக்கு நேர்ந்த துயர முடிவுடன் இக்காதை நிறைவுறுகிறது.

ஆய்ச்சியர் குரவை

ஆயர்பாடியில் பல தீய நிமித்தங்கள் தோன்றின. குடத்திலிட்டு வைத்த பால் உறையவில்லை. வெண்ணெயோ உருக்கவும் உருகாது போயிற்று. ஆநிரைகளின் கழுத்து மணிகள் நிலத்திலே அறுந்து வீழ்கின்றன. அதனால் தீமை நேரும் என்று அஞ்சிய மாதரி ஆய்ச்சியர்களை அழைத்து 'முன்னர் கண்ணனும் பலராமனும் நப்பின்னையுடன் சேர்ந்து ஆயர்பாடியில் ஆடிய குரவைக் கூத்தினை ஆடுவோம் என்று தன் மகள் ஐயையிடம் கூறுகிறாள். அதன்படி ஏழு கன்னியரை வட்டமாகக் கைகோத்தபடி நிறுத்தி, அவர்களுக்கு ஏழு சுரங்களின் பெயர்களைச் சூட்டினாள். தம் குலதெய்வமான மாயவனை வேண்டி அவர்கள் குரவைக் கூத்து ஆடுகின்றனர்.

இப்பகுதி அடிகளின் நாடக உத்திக்கான தலைசிறந்த சான்றாகத் திகழ்கிறது. அத்துடன் தொன்மையான இசைத் தமிழின் மிக நுணுக்கமான இலக்கணங்களையும், பண்ணுப் பெயர்ச்சி மூலம் பாலைகளையும் பண்களையும் உருவாக்கும் பழந்தமிழரின் முறைமைகளையும் விளக்குவதற்கான களமாக இப்பகுதியை இளங்கோ அடிகள் உருவாக்கியுள்ளார்.

துன்ப மாலை

குரவையின் முடிவிலே, மாதரி வைகையிலே நீராடச் சென்றாள். கோவலன் கொலையுண்ட செய்தியை நகரிலிருந்து வரும் ஒருத்தி கூறக் கேட்ட கண்ணகி புலம்புகிறாள்; பின் வெகுண்டு எழுகிறாள். பின்னர் அவள் காய்கதிர்ச் செல்வ(சூரிய)னை நோக்கித் தன் கணவன் கள்வனா என உரக்கக் கேட்கிறாள். "நின் கணவன்

கள்வனல்லன்; இவ்வூரினைப் பெருந்தீ உண்ணப்போகின்றது" என்று ஒரு குரல் எழுந்தது.

ஊர் சூழ் வரி

அக்குரலைக் கேட்ட கண்ணகி தன் மற்றொரு சிலம்பினைக் கையிலே எடுத்துக்கொண்டு தன் கணவனின் உடலினை காணப் புறப்பட்டாள். அவன் கிடந்த நிலையைக் கண்டு அரற்றினாள். கண்ணகி, கோவலன் உடலைத் தழுவ, அவன் உயிர் பெற்று, அவள் கண்ணீரைத் துடைத்துவிட்டு வானுலகு எய்துகிறான். கண்ணீரைத் துடைத்துக்கொண்டு மன்னனிடம் நீதி கேட்க அரண்மனையை நோக்கி நடக்கிறாள் கண்ணகி.

வழக்குரை காதை

பாண்டியன் மனைவி கோப்பெருந்தேவி தாம் கண்ட தீய கனவினைப் பற்றி மன்னனிடம் கூறவரும்போது, கண்ணகி கடும் கோபத்துடன் அரண்மனை வாயிலுக்கு வந்து சேர்கிறாள். அரசவைக்கு வந்து பாண்டியனை, "தேரா மன்னா!" என்று அழைத்து ஊழ்வினைப் பயனால் வாழ்வதற்காக நின் மதுரை நகரத்திற்கு வந்து, என் கால் சிலம்பை விற்க முயன்று, உன்னால் கொலை செய்யப்பட்ட கோவலன் மனைவி, கண்ணகி என்று தன்னை அறிமுகம் செய்துகொள்கிறாள். கண்ணகி தன் கால் சிலம்பு, மாணிக்கப் பரல்களைக் கொண்டது என்று கூறியதும், மன்னன் தன் தேவியின் சிலம்பு முத்துப் பரல்களைக் கொண்டது எனக் கூறுகிறான். கோவலனிடமிருந்து கைப்பற்றிய சிலம்பைத் தருவித்து, அவள் முன் வைத்தான். அச் சிலம்பினைக் கண்ணகி எடுத்து ஓங்கி உடைத்தாள். அதிலிருந்து வெளிப்பட்ட மாணிக்கப்பரல் ஒன்று பாண்டிய மன்னனின் உதட்டில்பட்டு தெறித்தது. அம் மாணிக்கப் பரல்களைக் கண்ட பாண்டிய மன்னன் தாழ்வுற்ற குடையனாய், சோர்வுற்ற செங்கோலனாய், "பொன் தொழில் செய்யும் கொல்லனின் பொய்யுரை கேட்டு, அறநெறி தவறிய, யானோ அரசன்! யானே கள்வன்; அறம் தவறாது குடிமக்களைக் காக்கும் தொன்மை யாட்சி என் முதல் தவறியது; என் வாழ்நாள் அழியட்டும்" என்றவாறே அரியணையில் இருந்து மயங்கி வீழ்ந்து உயிர் நீத்தான். உடன் பாண்டிமாதேவியும், 'கணவனை இழந்தோர்க்குக் காட்டுவது இல்' எனக் கருதி உயிர் நீத்தாள்.

காப்பியத்திற்கான கருப்பொருள்களில் ஒன்றான **'அரைசியல் (அரசியல்) பிழைத் தோர்க்கு அறங்கூற் றாவதூஉம்'** என்னும் நெறி இங்கு நிலைநாட்டப்படுகிறது.

வஞ்சின மாலை

பாண்டியன் இறந்த பின்னரும் கூட கண்ணகியின் சினம் தணியவில்லை. வீழ்ந்து கிடக்கும் கோப்பெருந்தேவியை விளித்து, தானும் கற்புடை மகளிர் பலர் பிறந்த புகார் நகரிலே பிறந்த நானும் பத்தினியே என்றால், அரசனையும் மதுரை நகரினையும் அழிப்பேன் என்று வஞ்சினம் கூறித் தன் இட முலையைக் கையில் திருகிப் பறித்து எறிந்தாள். தீக்கடவுளையும் மதுரை மீது ஏவி,' நல்லவரைத் தீண்டாதே; தீயோரைப் பற்றுக" எனக் கூற மதுரையை அழல் பற்றுகிறது.

அழற்படுகாதை

மதுரை நகரில் தீ மூண்டது. நகரைக் காத்துவந்த நால்வகை வருணபூதங்களும் பிறவும் நகரைவிட்டு வெளியேறின. மக்கள் நிகழ்ந்தது அறியாது மருண்டனர். கணவனை இழந்த துயரில் கண்ணகி தெருக்களிலே அங்கும் இங்குமாக மயங்கித் திரிந்தாள். அப்போது மதுரையின் காவல் தெய்வமான 'மதுராபதி' கண்ணகி முன் வந்து தோன்றினாள்.

கட்டுரை காதை

கண்ணகியின் முன்னால் தோன்றிய மதுராபதி தெய்வம், நடந்தவற்றிற்காக அவளிடம் வருந்துகிறது. பாண்டியர்கள் செங்கோன்மை உடையவர்கள் என்றும், மதுரை எரிந்ததற்கான காரணத்தையும் கூறியது. கோவலன், கண்ணகி இருவரின் முன்வினைகளையும் கூறுகின்றது. கணவனை இழந்த 14ஆம் நாளில் கண்ணகி மீண்டும் அவனைச் சேர்வாள் என்று கூறுகிறது. அவ்வாறே கண்ணகியும் மதுரையை விட்டு வெளியேறி நெடுவேள் குன்றம் என்னும் மலை மீது ஏறி ஒரு வேங்கைமர நிழலில் நின்றாள். தேவர்கள் வானஊர்தியில் கோவலனோடு அங்கு வந்து தோன்றுகின்றனர். கணவனுடன் சேர்ந்த கண்ணகியும் வானூர்தியில் ஏறி வானுலகம் செல்கிறாள். இத்துடன் மதுரைக் காண்டம் நிறைவடைகின்றது.

இ. வஞ்சிக் காண்டம்

மதுரையில் கணவனை இழந்த கண்ணகி சேர நாட்டிற்கு வந்து பத்தினி தெய்வமாகிறாள். சேரநாட்டின் சிறப்புகள் செங்குட்டுவன் வீரம், இமயமலையிலிருந்து கல்லெடுத்து வந்து பத்தினிக் கோட்டம் அமைத்து கண்ணகி வழிபாட்டிற்கு அடிகோலிய பணிகள் இங்கு இடம்பெறுகின்றன. காப்பியத்தின் கருப்பொருள்களில் ஒன்றான **"உரை சால் பத்தினிக் குயர்ந்தோ ரேத்தலும்"** என்னும் நெறி இங்கு நிலைநாட்டடப்படுகிறது.

குன்றக் குரவை

திருச்செங்குன்றில், ஒரு வேங்கை மர நிழலில் நிற்கும் கண்ணகியைக் காணும் குன்றக் குறவர்கள் அவளைத் தங்களுடைய குலதெய்வமான வள்ளியாகவே நினைத்துத் தொழுகின்றனர். அப்போது வானுலக தேவர்கள் கோவலனுடன் வர, கண்ணகியும் கணவனுடன் சேர்ந்து வானூர்தியில் விண்ணுலகம் சென்றனள். அக் காட்சியைக் கண்ட குறவர்கள், கண்ணகியைத் தம் குலதெய்வமாகவே கருதி, "கோயில் எடுத்து விழா கொண்டாடுவோம்" எனக் கூறி வழிபட்டுப் போற்றுகின்றனர். தொடர்ந்து முருகப் பெருமானைத் துதித்துக் குரவைக் கூத்து ஆடுகின்றனர்.

காட்சிக் காதை

"மலைநாட்டிலுள்ள நெடுவேள் குன்றில் வேங்கை மரத்தின் நிழலில் நின்ற கண்ணகிக்கு, தேவர்களுக்கு அரசனான இந்திரன் வந்து அவள் கணவன் கோவலனைக் காண்பித்து இருவரையும் வானுலகிற்கு அழைத்துச் சென்ற அரிய காட்சியைத் தம் கண்களால் கண்ட மலைக் குறவர்கள், அதனை அவ்வாறே மலைவளம் காணச் சென்று, குணவாயில் கோட்டத்தில் தங்கியிருந்த சேரன் செங்குட்டுவனிடம் கூறுகின்றனர். அப்போது அவ்விடத்தே இருந்த சாத்தனார், கோவலன் - கண்ணகி வரலாற்றினையும், மதுரையில் நடந்த நிகழ்ச்சிகளையும் பற்றி மன்னனுக்கு விளக்குகிறார். இதனைச் செவி மடுத்த செங்குட்டுவன் தன் தேவியும் அரசியுமான வேண்மாளுடன் ஆலோசிக்கிறான்.

பின் அரசியின் விருப்பத்திற்கு இணங்க, இமயத்தில் கல்லெடுத்து, கங்கையில் நீராட்டிக் கொணர்ந்து பத்தினி (கண்ணகி)க்குச் சிலை

எடுத்துக் கோயில் எழுப்பவும் முடிவெடுக்கிறான் சேரமான் செங்குட்டுவன்.

கால்கோட் காதை

செங்குட்டுவன் வடக்கே பெரும் படையுடன் சென்று, ஆரிய மன்னர்கள் கனக, விசயரையும் பிற மன்னர்களையும் போரில் வென்றான். அமைச்சன் வில்லவன் கோதையையும் வீரர்களையும் இமயத்தில் பத்தினி தெய்வத்திற்குச் சிலை சமைக்கக் கல்லெடுத்து வருமாறு செங்குட்டுவன் அனுப்புகிறான்.

நீர்ப்படைக் காதை

இமயத்திலிருந்து எடுத்து வந்த கல்லினை கங்கையிலே நீராட்டி கங்கையின் தென் கரையை அடைகிறான் சேரமான். அப்பொழுது அங்கு வந்த மாடல மறையோன், கோவலன் இறந்த பின் புகார் நகரில் கண்ணகி, கோவலன், மாதவி குடும்பங்களில் நடந்த நிகழ்ச்சிகளையும், மதுரையில் மாதரியும் கவுந்தியும் இறந்துபட்ட செய்திகளையும் செங்குட்டுவனிடம் தெரிவிக்கிறான். இறுதியில் சேர மன்னன் படையினருடன் வஞ்சி மாநகர் திரும்புவதுடன் இக்காதை நிறைவடைகிறது.

நடுகற் காதை

சேரன் முன் சாக்கையர் ஆடும் , ‘கொடுகொட்டி’ கூத்து பற்றிய விவரணங்களோடு தொடங்குகிறது இப்பகுதி. நாடகத் தமிழ் உச்சம் பெறுகிறது. சிறைப்படுத்தப்பட்ட ஆரிய மன்னர்கள் விடுதலையாகின்றனர். இமயத்திலிருந்து கொணர்ந்த கல்லிலே கண்ணகிக்குச் சிலை வடித்து, ஆன்றோர் பலருடன் பத்தினிக் கோட்டம் சென்று அச் சிலையை முறைப்படி நிறுவி, கண்ணகியை தெய்வமாகக் கொண்டாடுகின்றனர்.

வாழ்த்துக் காதை

மாடல மறையோன் மூலம் செய்தி அறிந்த தேவந்தி, காவற்பெண்டு, ஐயை முதலியோர் பத்தினி கண்ணகி கோயிலுக்கு வந்து அரற்றினர். அப்போது கண்ணகி தேவ வடிவிலே அங்கு தோன்றி, பாண்டியன் குற்றமற்றவன்; தாம் அவனுடைய மகள் என்றும் கூறி, செங்குட்டுவனையும் வாழ்த்துகின்றாள். இங்கு இசைத் தமிழின் சிறப்புகளைக் குறிக்கும் வகையில் அம்மானை வரி, ஊசல் வரி,

கந்துக வரி(பந்தாட்டப் பாட்டு), வள்ளைப் பாட்டு(உலக்கைப் பாட்டு) எனப் பழங்காலப் பாடல் வகைகளை இடம்பெறச் செய்கிறார் இளங்கோ அடிகள்.

வரந்தரு காதை

காப்பியத்தின் நிறைவுப் பகுதியாக இக் காதை அமைகிறது. இங்கு தேவந்தி, மணிமேகலையின் துறவு பற்றிச் சொல்கிறாள். கண்ணகியின் தாய், கோவலனின் தாயாகிய மாதரி என்போர், தம் அடுத்த பிறப்பிற் சிறுகுழந்தைகளாக அங்கு வந்து, தாம் மீண்டும் பிறந்ததன் காரணம் பற்றிக் கூறுகின்றனர். பத்தினிக்குப் பூசை செய்யத் தேவந்தி அமர்த்தப்படுகிறாள். கோயில் விழாவில் கலந்துகொண்ட இலங்கை மன்னன் கயவாகு, பத்தினி தெய்வத்திடம் தமது நாட்டிற்கும் வந்து எழுந்தருளி அருள்புரியுமாறு வேண்டுகிறான். "தந்தேன் வரம்" என்றொரு குரல் அப்போது கேட்கிறது. இலங்கை திரும்பிய கயவாகு அங்கு பத்தினிக் கோட்டம் அமைத்து, கண்ணகி வழிபாட்டு மரபினை இலங்கையிலும் தொடக்கி வைத்தான்.

காப்பியத்தின் கருப்பொருள்களில் ஒன்றான, "உரைசால் பத்தினிக் குயர்ந்தோர் ஏத்தலும்" என்னும் நெறி இங்கு நிலைநாட்டப்படுகிறது.

இறுதியாக, உலக மக்களுக்கு எல்லாம் இளங்கோ அடிகள் கூறும் உபதேசங்களுடன் காப்பியம் நிறைவடைகிறது.

★★★

4. காப்பியப் படைப்பின் நோக்கங்கள்

தமிழ் வரலாற்றில் முதன் முதலில் முத்தமிழையும் விரிவாகப் பேசுகின்ற காப்பியம் சிலப்பதிகாரம் ஆகும். தமிழில் முதல் நூலாக விளங்கும் இக் காப்பியம் மூலம் மூன்று முக்கிய அறநெறிகளை இவ்வுலக மக்களுக்கு வலியுறுத்துவதே தம் நோக்கம் என்று இளங்கோ அடிகள் பதிகத்தில் பின்வருமாறு பதிவு செய்கிறார்.

அரைசியல் பிழைத்தோர்க்கு அறங்கூற் றாவதூஉம்
உரைசால் பத்தினிக் குயர்ந்தோ ரேத்தலும்
ஊழ்வினை யுருத்துவந் தூட்டு மென்பதூஉம்
சூழ்வினைச் சிலம்பு காரண மாகச்
சிலப்பதி கார மென்னும் பெயரால்
நாட்டுதும் யாமோர் பாட்டுடைச் செய்யுள்

(பதிகம்: 55 - 59)

இப்பகுதிக்கான அடியார்க்கு நல்லார் உரை வருமாறு: "நூலொழுக்கிற்றாய அரசியலுட் சிறிது ஒழுக்கம் பிழைப்பினும் அவ்வரசரை அறக்கடவுள் தானே கூற்றமாய்க் கொல்லுமென்பதூஉம், புகழமைந்த கற்புடை மகளை மக்களே யன்றித் தேவரு முனிவரு முதலாயுள்ளோர் சென்றேத்துதல் இயல்பாகலும், முன் செய்த இருவினையும் செய்த முறையே செய்தோனை நாடிவந்து உருக்கொண்டு நின்று நுகர்விக்கு மென்பதூஉமாகிய இம்மூன்று

பகுதியும் இச்சிலம்பு காரணமாக முறைமையிற் பிறந்தன வாதலிற் சிலப்பதிகாரமென்னும் பெயரால் ஒரு காப்பியமாக நாம் நிறுத்துதும். அறம் - அறக் கடவுள். உருத்து - உருக்கொண்டு; முதிர்ந்தென்றுமாம். பாட்டுடைச் செய்யுள் - பல பாக்களோடு உரைப் பாட்டையும் இசைப் பாட்டையுமுடைய இயலிசை நாடகப் பொருள் தொடர்நிலைச் செய்யுள். அறம் கொல்லுமென்பது,

என்பி லதனை வெயில் போலக் காயுமே

அன்பி லதனை யறம் (குறள்.77) என்பதனாலுணர்க."

(பதிகம்.55-60உரை)

காப்பியத்தின் பொருட்பகுதியை அடிகள் மூவகை உள்ளுறையாக வகுத்துக் கூறியிருப்பதாக அடியார்க்குநல்லார் விளக்குகின்றார். இம்மூன்று அறநெறிகளில், **"அரைசியல் பிழைத்தோர்க்கு அறங் கூற்றாவதூம்"** என்பதை இரண்டாவதான மதுரைக் காண்டத்திலும், **"உரை சால் பத்தினிக் குயர்ந்தோ ரேத்தலும்"** என்பதை மூன்றாவதான வஞ்சிக் காண்டத்திலும், **"ஊழ்வினை யுருத்துவந் தூட்டும்"** என்பதை முதலாவதான புகார் காண்டத்திலுமாக நிலைநிறுத்துகிறார். இதன் மூலம் தம்முடைய காப்பியத்தின் முதன்மையான உள்ளுறையாகவும் கருப்பொருளாகவும் ஊழ்வினையின் வலிமையையே அடிகள் குறிப்பால் உணர்த்தியிருப்பது தெளிவாகிறது. ஏனெனில் ஊழின் வலிமை பற்றி மூன்று காண்டங்களிலும் குறிப்புகள் கதை மாந்தர்கள் வாயிலாக இடம்பெறுகின்றன. இதனை, பல்வேறு இடங்களில் உரையாசிரியர்கள் இருவரும் சுட்டிக்காட்டியிருப்பதையும் காணலாம். மேலும் ஊழ்வினை பற்றிய உள்ளுறை மட்டுமே நேரடியாக ஆசிரியரால் மூலப் படைப்பில், பதிகத்தில் கண்டவாறே சொல்லப்படுகிறது. மற்ற இரண்டும் அவ்வாறு மூலத்தில் இடம்பெறவில்லை.

பதிகத்தில் அடிகள் காப்பியத்தின் மூவகை உள்ளுறைகளைக் கூறியிருந்தாலும், அவை மட்டுமே அப்படைப்பின் நோக்கம் என்று கூற இயலாது. தமிழ்ச் சமூகத்தின் ஈராயிரம் ஆண்டுக்கு முற்பட்ட தொல்மரபின் பெருமைகள் அனைத்தையும் உள்ளடக்கிய ஒரு களஞ்சியத்தை உருவாக்கும் நோக்கத்துடன் ஒரு காப்பியத்தைப் படைக்க எண்ணிய **இளங்கோவடிகள்**, புகார் நகரின் செல்வம் நிறைந்த வணிகர் குலத்தைச் சேர்ந்த

இணையர் - கோவலன், கண்ணகி, கணிகையர் மரபில் தோன்றிய ஆடற்கலை அரசியான மாதவி ஆகிய இம்மூவரின் கதையை அதற்கு மூலமாகக் கொண்டார். சமயச் சார்பின்றிப் பல்வேறு வாழ்வியல் நன்னெறிகள், பழந்தமிழிசை, நாடகம், ஆடற்கலை, பிற கலைகள், பல்வேறு சடங்குகள், மரபு சார்ந்த நம்பிக்கைகள், தொன்மங்கள், பண்பாட்டுக் கூறுகள் தொடர்பான செய்திகள் சில இடங்களில் உள்ளுறையாகவும், வேறு சில இடங்களில் வெளிப்படையாகவும் காப்பியம் முழுவதும் ஆங்காங்கே பொதிந்து கிடக்கின்றன. எனவேதான் சிலம்பு, 'குடிமக்கள் காப்பியம்', முத்தமிழ்க் காப்பியம்', 'நாடகக் காப்பியம்' என்றெல்லாம் போற்றப்படுகிறது. மேலும், எச்சமயத்தையும் சாராது, அதே வேளையில் அனைத்துச் சமயங்களின் நன்னெறிகளையும் உள்ளடக்கி, உலகில் முதன்முதலில் தோன்றிய **'சமய நல்லிணக்கக் காப்பியம் *(Secular Epic)*,** என்னும் பெருமை சிலப்பதிகாரத்திற்கு மட்டுமே உரியது என்பது இந் நூலாசிரியரின் உறுதியான கருத்தாகும்.

நிகழ்த்துக் கலைகள், பண்பாடு தொடர்பான கூறுகளை மிகுந்த கவனத்துடனும், நுணுக்கமாகவும் அடிகள் பதிவுசெய்திருப்பதன் மூலம் படைப்பின் நோக்கம் பரந்து விரிந்தது என்பது உறுதியாகிறது. இக்கூறுகளைத் தொடக்கத்தில் 'மங்கல வாழ்த்து'ப் பாடலிலிருந்தே காணலாம். இங்கு அக்காலத்திய திருமணச் சடங்குகள், மணவிழா பற்றிய குறிப்புகள் இடம்பெறுகின்றன. (எ.கா. 'நடை மிகுந்தேத்தும் குடை நிழல் மரபு')

மூன்றாவதான 'அரங்கேற்று காதை' மிக முக்கியமானது. மாதவியின் நாட்டிய அரங்கேற்றம் நிகழ்ந்ததும், கோவலன் மாதவி இல்லம் சென்று அவளுடன் இணைந்தது மட்டுமே கதையில் நிகழும் சம்பவங்கள். இதனைக் கூறுவதன் ஊடாக அடிகள், இசைத் தமிழ், நாடகத் தமிழ் தொடர்பான அழகியல், நுணுக்கமான இலக்கணச் செய்திகள் எனப் பலவற்றை விளக்குகிறார். கலைகளைச் சோழ மன்னனும் மக்களும் போற்றும் தன்மையினையும் கூறுகிறார். மேலும், இக்காதையில் அரங்கத்தின் மேடை அமைப்பு, திரைச் சீலைகள், ஒலி, ஒளி அமைப்பு குறித்த இலக்கணங்கள் துல்லியமாகக் குறிப்பிடப்படுகின்றன. இசை, நாட்டியக் கலைஞர்களுக்கான இலக்கணங்களும், இசைக் கருவிகள் பற்றிய விளக்கங்களும்

இடம்பெறுகின்றன. ஆடல் ஆசிரியன், இசை ஆசிரியன், கவிஞன், தண்ணுமை ஆசிரியன், குழலோன், யாழ் ஆசிரியன் ஆகியோருக்கான இலக்கண விதிமுறைகளும், நாட்டியம், அரங்கு இரண்டிற்குமான இலக்கணங்களும் அடிகளால் கூறப்பட்டுள்ளன. இப்பகுதிக்கு உரை ஆசிரியர்கள் தந்திருக்கும் விளக்கங்களும் பழந்தமிழ் நூல்களிலிருந்து எடுத்துக்காட்டியுள்ள மேற்கோள்களும் மட்டுமே தமிழர்க்கென்று தொன்மை மிக்க இலக்கண வளத்துடன் கூடிய இசை, நாடக, நாட்டிய, கலை மரபுகள் இருந்தன என்பதை உலகிற்குப் பறைசாற்றிக் கொண்டிருக்கின்றன. இவை தொடர்பான அனைத்து ஆராய்ச்சிகளுக்கும் மூலாதாரமாக நிற்பது சிலப்பதிகாரமே என்பதை தமிழுலகம் என்றென்றும் நினைவில்கொள்ளவேண்டும்.

இசைத் தமிழ் இலக்கணத்தை மிகவும் நுட்பமாக விளக்கும் பகுதிகளாகப் பின்வரும் காதைகளைக் கூறலாம். ‘அரங்கேற்று காதை’, ‘இந்திரவிழவூர் எடுத்த காதை’, ‘கடலாடு காதை’, ‘கானல் வரி’, ‘வேனில் காதை’, ‘வேட்டுவ வரி’, ‘ஆய்ச்சியர் குரவை’, ‘ஊர்சூழ் வரி’, ‘குன்றக் குரவை’, ‘வாழ்த்துக் காதை’ ஆகிய பகுதிகளில் இசை, நாடகம், நாட்டியம், ஆடல்கள், கூத்துகள், வழிபாட்டுச் சடங்குகள் தொடர்பான பல சிறப்பான குறிப்புகள் விரவிக் கிடக்கின்றன. இங்கு சில எடுத்துக்காட்டுகளை மட்டும் காண்போம்:

இரு வகைக் கூத்தின் இலக்கணம் அறிந்து,
பல வகைக் கூத்தும் விலக்கினில் புணர்த்து,
பதினோ ராடலும் பாட்டுங் கொட்டும்

(அரங்கேற்று : 12-14)

குழலினும் யாழினும், குரல் முதல் ஏழும்,
வழு இன்றி இசைத்து, வழித் திறம் காட்டும்
அரும் பெறல் மரபின் பெரும்பாண் இருக்கையும்;

(இந்திர விழ. 35-37)

இமையவன் ஆடிய கொடுகொட்டி ஆடலும்;
பாரதி ஆடிய வியன் பாண்டரங்கமும்;
அஞ்சன-வண்ணன் ஆடிய ஆடலுள்,

அல்லியத் தொகுதியும்; அவுணன் கடந்த
மல்லின் ஆடலும்; மாக் கடல் நடுவண்,
சூர்த் திறம் கடந்தோன் ஆடிய துடியும்;
குடை வீழ்த்து, அவர் முன் ஆடிய குடையும்;
நீள் நிலம் அளந்தோன் ஆடிய குடமும்;
காமன் ஆடிய பேடி ஆடலும்;
மாயவள் ஆடிய மரக்கால் ஆடலும்:
திருவின் செய்யோள் ஆடிய பாவையும்;
அயிராணி மடந்தை ஆடிய கடையமும்-
அவரவர் அணியுடன்; அவரவர் கொள்கையின்;
நிலையும், படிதமும், நீங்கா மரபின்;
பதினோர் ஆடலும், பாட்டின் பகுதியும்,

(கடலாடு. 43 - 66)

பண்ணல் பரிவட்டணை ஆராய்தல் தைவரல்
கண்ணிய செலவு விளையாட்டுக் கையூழ்
நண்ணிய குறும்போக்கு என்று நாட்டிய
எண்வகையால் இசையெழீஇப்
பண்வகையால் பரிவு தீர்ந்து

(கானல் வரி: 1: 5 - 9)

காதலின் தோன்றிய கண்கூடு வரியும்;
கரு நெடுங் கண்ணி காண் வரிக் கோலமும்
ஒரு தனி வந்த உள் வரி ஆடலும்;
புறத்து நின்று ஆடிய புன்புற வரியும்;
தளர்ந்த சாயல், தகை மென் கூந்தல்
கிளர்ந்து வேறு ஆகிய கிளர் வரிக் கோலமும்;
தேர்ந்து தேர்ந்து உரைத்த தேர்ச்சி வரி;
கண்டவர்க்கு உரைத்த காட்சி வரியும்;
எடுத்து அவர் தீர்த்த எடுத்துக் கோள் வரியும்;

(வேனில்.76 - 108)

கொன்றையும் துளவமும் குழுமத் தொடுத்த,
துன்று மலர்ப் பிணையல் தோள்மேல் இட்டு-ஆங்கு,
அசுரர் வாட, அமரர்க்கு ஆடிய
குமரிக் கோலத்துக் கூத்து உள்படுமே.

(வேட்டுவ வரி. 10)

குடமுத லிடமுறை யாக்குர றுத்தம்
கைக்கிளை யுழையிளி விளரி தாரமென
விரிதரு பூங்குழல் வேண்டிய பெயரே. (ஆய்ச்சியர். 8 -10)
தொண்டகம் தொடுமின்; சிறுபறை தொடுமின்;
கோடு வாய் வைம்மின்; கொடு மணி இயக்குமின்;
குறிஞ்சி பாடுமின்;

(குன்றக்குரவை.16-18)

அம்மானை வரி
வீங்குநீர் வேலி உலகு ஆண்டு, விண்ணவர் கோன்
ஓங்கு அரணம் காத்த உரவோன் யார், அம்மானை?
ஓங்கு அரணம் காத்த உரவோன் உயர் விசும்பில்
தூங்கு எயில் மூன்று எறிந்த சோழன்காண், அம்மானை;
சோழன் புகார் நகரம் பாடேலோர், அம்மானை.

(வாழ்த்துக் காதை. 16)

இங்கு மிகக் குறைந்த எடுத்துக்காட்டுகளே தரப்பட்டுள்ளன. இவை போன்று பழந்தமிழர் இசை இயல், கூத்து இயல், நாடக இயல், பண்பாட்டு இயல் தொடர்பாக ஏராளமான தகவல்கள் காப்பியத்தில் பரந்துபட்டுக் கிடக்கின்றன.

முன்னரே குறிப்பிட்ட வண்ணம் இவற்றின் நுணுக்கங்களை பழைய இரண்டு உரைகளின் உதவியின்றி ஒருவர் புரிந்துகொள்ள இயலாது. மேலும், உரையாசிரியர்கள் இவற்றை விளக்குவதற்காக மிகப் பழமையான இசை, நாட்டிய இலக்கண நூல்களிலிருந்து மேற்கோள் பாடல்களையும் எடுத்துக் காட்டியிருப்பதன் மூலம் மறைந்துபோன இசை, நாடக இலக்கண நூல்கள் பற்றி நாம் அறியச் செய்கின்றனர்.

ஈண்டு அடியார்க்குநல்லார் பதிக உரையிலிருந்து சில குறிப்புகளைக் காண்பது இக்கூற்றினை மேலும் விளங்கிக் கொள்ள உதவும்.

மடலவிழ் கானல்வரியும் *(69)* "இஃது இசைப்பாவாற் பெற்ற பெயர். இதனுள்ளும் கதை நிகழாமையுணர்க."

வேட்டுவ வரியும் *(73)* "கூத்துள் படுதலின் இது கூத்தாற் பெற்ற பெயர்."

ஆய்ச்சியர் குரவையும் *(77)* "இதுவும் ஆய்ச்சியரிடத்து நிகழ்தலான் ஆய்ச்சியர் குரவையெனக் கூத்தாற் பெற்ற பெயர்."

ஊர் சூழ் வரியும் *(79)* "கண்ணகி ஊர் சூழ வருவதனைப் பத்தினிப் பெண்டிர் கண்கூடாக் காண்டலின் இஃது ஊர் சூழ் வரி யென்பதாயிற்று. இதுவும் கூத்தாற் பெற்ற பெயர்."

குன்றக் குரவையும் *(83)* "உற்பாத சாந்தியாக முருகவேளை நோக்கி அக்குன்றின் கண் குறத்தியர் ஆடிய குரவையும் .... இதுவும் கூத்தாற் பெற்ற பெயர்." *(பதிகவுரை:62 - 85)*

இவை நீங்கலாக, 'மனையறம் படுத்த காதை' முதல் 'வரந்தரு காதை' ஈறாக அமைந்த ஏனைய 24 அதிகாரங்களும் கதை நிகழ்தலால் காதை எனப் பெயர்பெற்றன என்பது அடியார்க்கு நல்லார் கூற்று.

இதன் மூலம் நாம் மேலே சுட்டியுள்ள பகுதிகள் கதை நிகழாதவை என்பதை உரை தெளிவுபடுத்துகிறது. கோவலன், கண்ணகி, மாதவி பற்றிய கதையை மட்டுமே தம் காப்பியத்தில் விளக்க எண்ணியிருந்தால், இவற்றையெல்லாம் தவிர்த்து விட்டு, தமது ஈடு இணையற்ற கவித்துவம் மூலம் இளங்கோ அடிகள் இக்காப்பியத்தைப் படைத்திருக்க முடியும். எனவே, அடிகள் காப்பியத்தில் இப் பகுதிகளை மிகுந்த அழகியல் கூறுகளுடன் ஆழ்ந்த நுணுக்கங்களுடனும் படைத்திருப்பதன் நோக்கம் தெளிவாகிறது. இவை கதை நிகழ்வுகளை நகர்த்திச் செல்வதற்கும், தாம் உலகிற்குத் தெரிவிக்க விரும்பும் செய்திகளை ஆசிரியர் காப்பியத்தில் இடம்பெறச் செய்வதற்குமான ஓர் அணுகுமுறை ஆகும்.

மறைபொருளாக நிற்கும் முக்கியமான நோக்கம் :

இக் கூறுகளையெல்லாம் கடந்து சமூகத்தில் குடும்ப அமைப்பு,

தனி மனித ஒழுக்கம் குறித்த நன்னெறிகளை மேம்படுத்தக்கூடிய வகையில் அடிப்படையான ஒரு நோக்கம் காப்பியத்தில் மறைபொருளாகக் கூறப்படுகிறது. பதிகத்தில் இதைப் பற்றிய குறிப்பு எதுவும் இல்லை. ஆனால் இந்த நோக்கம் பற்றி இதுவரை அதிகம் அறியப்படவில்லை அல்லது பேசப்படவில்லை எனக் கருதலாம். ஆகவே அம் மறைபொருளையும் காப்பியத்தின் மற்றுமொரு முக்கிய நோக்கமாக இந்நூல் முன்வைக்கிறது.

சங்க காலத்தில் அக இலக்கியங்கள் தலைவன் தலைவியோடு மட்டுமின்றி, பரத்தையோடும் உறவுகொள்வதை ஓர் அற ஒழுக்கமாக விவரிக்கின்றன. ஆயினும், தொன்றுதொட்டு தமிழ் இலக்கியங்களில், 'ஒருவனுக்கு ஒருத்தி' என்னும் கற்பியலும் வலியுறுத்தப்பட்டு வந்திருப்பதைக் காணலாம்.

பின்வரும் திருக்குறளே இதற்குச் சான்றாகும்.

> **ஒருமை மகளிரே போலப் பெருமையும்**
> **தன்னைத்தான் கொண்டுஒழுகின் உண்டு.** *(குறள். 974)*

ஒழுகுதல் = மனம் மொழி மெய்களை ஒடுக்கி, ஒப்புரவு முதலிய செய்து போதல். இதனால், அஃது உளதாமாறு கூறப்பட்டது என்பது பரிமேலழகர் உரை.

ஒருமை மகளிர் = தன் கணவருடன் இணைந்து, இன்ப துன்பங்களைப் பகிர்ந்துகொண்டு, உள்ளும் புறமும் ஒத்து இல்லறவாழ்வில் இனிது இருக்கும் மகளிர் ஒருமனப் பெண்டிர் அல்லது ஒருமை மகளிர் எனப்படுவர்.

ஒரே கணவனைக் காதலித்துத் தம் கற்பைக் காத்துக்கொள்ளும் குலமகளிர் போல, ஓர் ஆடவனும், ஒரே மனைவியைக் காதலித்துத் தன் கற்பைக் காத்துக்கொள்வதே பெருமை தரக்கூடியது என்பது இதன் பொருள்.

ஆடவருக்கும் மகளிருக்கும் கற்பு என்பது பொதுவானது என்பது

வள்ளுவரின் கருத்து. இதே கருத்தை வலியுறுத்தியே மகாகவி பாரதியாரும்,

> **கற்புநிலை என்று சொல்ல வந்தால் இரு**
> **கட்சிக்கும் அஃது பொதுவில் வைப்போம்**
> *(பெண்கள் விடுதலைக்கும்மி:17-18)*

கற்பு நிலை என்பது ஆண், பெண் ஆகிய இருதரப்பினருக்கும் பொதுவானது என்றார்.

இனி, இக்கருத்து இளங்கோ அடிகளால் தம் காப்பியத்தில் எவ்வாறு நிலைநிறுத்தப்பட்டிருக்கிறது எனக் காண்போம்.

பொதுமகளிர், பரத்தையர், கணிகையர் என்றெல்லாம் அழைக்கப்பட்டு, தமிழ்ச் சமூகத்தில் பல காலமாக வேரூன்றியிருந்த ஒரு பண்பாட்டு மரபினை முடிவிற்குக் கொண்டுவரும் ஒரு முயற்சியை இளங்கோ தம் காப்பியத்தில் தொடங்கிவைக்கிறார்.

கணிகையர் மரபில் பிறந்திருந்தாலும் மாதவி கோவலனுடன் மட்டுமே உறவுகொண்டு கற்பு வாழ்க்கையை மேற்கொண்டாள் என்பதே காப்பியம் நமக்குத் தரும் செய்தி. ஆயினும், சமூகத்தில் கணிகையர் பொது மகளிராகவே கருதப்பட்டனர். மாதவியைப் பிரிந்து செல்லுமுன் கோவலன் அவளை, **'மாயப் பொய் பல கூட்டும் மாயத்தாள்'** (கானல் வரி) என ஏளனம் செய்கிறான். இதன் மூலம் அவளுடைய பிறப்பை இழிவுபடுத்துகிறான்.

காடுகாண் காதையில், கானுறை மயக்கும் தெய்வம் ஒன்று வசந்தமாலையின் வடிவிலே கோவலன் முன் தோன்றி அவனைத் தன்வயப்படுத்தக் கருதி, அவன் பாதங்களின் முன் வீழ்ந்து கண்ணீர் வடிக்கிறது. வசந்தமாலை, ஏதோ பிழைபட்ட சொற்களைக் கோவலனிடம் சொன்னதால்தான் கோவலன், தன்னைக் காண வராமல் கொடுமை செய்துவிட்டான் என்று மாதவி கூறி மயங்கியும் வீழ்ந்தாள் என்று கூறும் பகுதி :

> **கோவலன் செய்தான் கொடுமை" என்று, என் முன்**
> **மாதவி மயங்கி, வான் துயர் உற்று,**
> **"மேலோர் ஆயினும், நூலோர் ஆயினும்,**
> **பால் வகை தெரிந்த பகுதியோர் ஆயினும்,**
> **பிணி எனக் கொண்டு, பிறக்கிட்டு ஒழியும்**
> **கணிகையர் வாழ்க்கை கடையே போன்ம்"** என,

கணிகையர் வாழ்வு என்றும் கடைப்பட்ட வாழ்வே போலும்! என்று சொல்லி மாதவி வருந்திக் கண்ணீர் உகுத்ததாக வசந்தமாலையின் வடிவில் தோன்றிய கானுறை தெய்வம் (வனதேவதை) கோவலனிடம் கூறியது. எனினும் அடிகளின்

கருத்தே கானுறை தெய்வத்தின் மீது ஏற்றிக் கூறப்பட்டுள்ளது என்று கொள்ளுதல் தகும்.

இதுவே மாதவியை ஒரு முக்கியமான முடிவெடுக்கத் தூண்டியிருக்கலாம். தனக்குப் பிறகு குடும்பத்தில் கணிகையர் மரபு தொடரக்கூடாது என்பதற்காகவும், தமிழ்ப் பண்பாட்டில் இம்மரபிற்கு ஒரு முற்றுப்புள்ளி வைக்கவேண்டும் எனக் கருதியும் ஒரு மிக முக்கியமான முடிவெடுத்து அதனைச் செயல்படுத்துகிறாள். இங்கு மாதவி என்னும் பாத்திரம், காப்பிய ஆசிரியரின் கருத்திற்குச் செயல்வடிவம் தரும் கருவியாக உருக்கொண்டு, **'மணிமேகலை'** என்னும் மற்றொரு காப்பியம் சிலம்பின் தொடர்ச்சியாகத் தமிழில் பிறப்பதற்குக் காரணமாக விளங்குகிறது.

ஆம். மாதவிக்கும் கோவலனுக்கும் மகளாகப் பிறந்த மணிமேகலை - கல்வி, கலைகளில் சிறந்து, பருவமெய்திய பேரழகியாக புகார் நகரில் வலம் வருகிறாள். இளவரசன் உள்பட நகரின் செல்வந்தர்களின் பார்வையில் அவள் ஒரு கணிகையாகவே தோன்றுகிறாள். இந்நிலையில்தான் மாதவி தன் மகளை அந்த இளம் வயதிலேயே புத்த மதத்தைத் தழுவிய துறவியாக்கிவிடுகிறாள். இது மாதவி அரசு அதிகாரத்திற்கும் ஆண் ஆதிக்கச் சமூகத்திற்கும் எதிராக மேற்கொண்ட ஒரு மௌனப் புரட்சியாகும். இதனை மிகவும் நுணுக்கமாக அடிகள் காப்பியத்தில் உள்ளுறைப் பொருளாக அமைக்கிறார்.

இத் தகவலை நீர்ப்படைக் காதையில் மாடல மறையோன் சேரன் செங்குட்டுவனிடம் கூறுவதாகக் காட்சி அமைகிறது.

மாடலன் :

> **அது கேட்டு, மாதவி மடந்தை**
> **நற்றாய்- தனக்கு. "நல் திறம் படர்கேன்;**
> **மணிமேகலையை வான் துயர் உறுக்கும்**
> **கணிகையர் கோலம் காணாதொழிக" என,**
> **கோதைத் தாமம் குழலொடு களைந்து,**
> **போதித் தானம் புரிந்து, அறம் கொள்ளவும்;**

(நீர்ப்படை. 103 108)

இதன் பொருள் : கண்ணகி, கோவலன் ஆகியோரின் முடிவு பற்றிக் கேள்வியுற்ற மாதவி தன் தாய் சித்திராபதியிடம், "யான் நன்மையாகிய பகுதியிற் செல்லக் கடவேன். நீ மணிமேகலையை வானளவு மிக்க துன்பத்தினைச் செய்யும் கணிகையர் கோலத்தின ளாகச் செய்யாது ஒழிக. அத்துடன் அவள் கோதையாகிய மாலையினைக் கூந்தலுடனே களைந்து (தலை முடியை மழித்து, மொட்டையடித்து) புண்ணிய தானஞ் செய்து துறவறம் மேற்கொள்ளச் செய்யவேண்டும்" என்றாள்.

வான் துயர் உறுக்கும் கணிகையர் கோலம் என்று கூறி தன் குலத் தொழிலை வெறுத்து ஒதுக்கி, இளமையும் அழகும் பூத்துக் குலுங்கும் தன் ஒரே மகள் மணிமேகலையைத் துறவறம் பூணச் செய்த மாதவியின் மகத்தான செயலை இளங்கோ அடிகள் மாடலன் கூற்றாக அமைத்திருப்பதும் ஒரு நுணுக்கமான நாடக உத்தியாகும்.

மாதவியின் இச்செயல் ஆண் ஆதிக்கச் சமூகத்திற்கும் அரசியல் அதிகாரத்திற்கும் எதிராகத் தொடுக்கப்பட்ட அமைதியான போர் ஆகும். தம்முடைய செயலைப் பின்பற்றி, பிற கணிகையர்கள், தன் காலத்திலும் தமக்குப் பின்னரும் சமூகத்தில் பொது மகளிர் எனும் தங்களின் இழிவுநிலை அகற்ற முன்வர வேண்டும் என்பதே மாதவியின் நோக்கமாக இருக்க வேண்டும். இதன் மூலம் பரத்தையர் ஒழுக்கம் எனும் பெயரில் பண்பாட்டில் நிலவுகின்ற பொது மகளிர் (கணிகையர்) எனும் பண்பாட்டு மரபிற்கு முற்றுப்புள்ளி வைக்க வேண்டும் எனும் தன் விருப்பத்தை மாதவி மேல் ஏற்றிப் பேச வைக்கிறார் இளங்கோ அடிகள். சிலம்பின் இப்பகுதி மிகுந்த கவனத்திற்கு உரியது. ஆனால் துரதிர்ஷ்டவசமாக சிலம்பு பற்றிப் பலவாறாகப் பெருமை பேசும் அறிவுலகம் இப் பொருள் பற்றி அதிகம் கவனம் கொண்டதாகவோ பேசியதாகவோ தெரியவில்லை.

இந்நூலாசிரியர் பார்வையில் இந்த விடயம் காப்பியப் படைப்பின் முக்கிய நோக்கங்களில் ஒன்றாகக் கருதப்படுகிறது. **"வான் துயர் உறுக்கும் கணிகையர் கோலம் காணாது ஒழிக"** என்னும் மாதவியின் கூற்றில் வரும் **'காணாது ஒழிக'** என்னும் சொல்லாடல் அடிகளின் கொந்தளிக்கும் கோப உணர்வின் உச்சகட்டமாக வெளிப்படுகிறது. மாதவியின் இக் கூற்றே இந் நோக்கத்திற்குத் தக்க சாட்சியம் கூறுகிறது.

நிறைவாக, **'அரைசியல் பிழைத்தோர்க்கு அறங்கூற்றாவது', 'உரைசால் பத்தினியை உயர்ந்தோர் ஏத்துதல்', 'ஊழ்வினை யுருத்துவந் தூட்டும்'** ஆகிய மூன்றும் காப்பியத்தின் பதிகத்தில் ஆசிரியர் கூற்றாக, காப்பியத்திற்கான முதன்மையான நோக்கங்களாக வெளிப்படையாகவும், மற்றவை நூல் முழுவதும் சமூகப் பண்பாட்டு நோக்கங்களாக மறைபொருளாகவும் தெரிவிக்கப்பட்டுள்ளன என்று புரிந்துகொள்ளவேண்டும்.

இனி, சிலப்பதிகாரம் ஒரு முழுமையான **நாடகக் காப்பியம்** என்பது குறித்து ஆராய்வோம்.

★★★

5. நாடகக் காப்பியம்

தமிழ் இலக்கிய வரலாற்றில் சிலப்பதிகாரம் ஒரு பெருங் காப்பியமாகவும் ஐம்பெரும் காப்பியங்களுள் ஒன்றாகவும் வகைப்படுத்தப்பட்டுள்ளது. அத்துடன் முத்தமிழ்க் காப்பியம் என்ற சிறப்புப் பெயருடன் வழங்கப்பட்டுவருகிறது. ஆயினும், உரையாசிரியர் அடியார்க்குநல்லாரும், நாடகத்தமிழ் இலக்கணம் படைத்த பரிதிமாற் கலைஞரும் இந்நூலை 'நாடகக் காப்பியம்' என்று சிறப்பித்துக் கூறுகின்றனர். இக் கருத்தினை முன்நிறுத்துவதாகவே இந்த ஆய்வு அமைகிறது. இவ்வகையில் நாடகம், காப்பியம் குறித்து தமிழ் இலக்கிய, இலக்கண நூல்கள் தரும் விளக்கங்கள் இங்கு தொகுத்துக் கூறப்படுகின்றன.

நாடகம்

தமிழின் முதல் நூலாம் தொல்காப்பியம் இயல் தமிழுக்கான இலக்கண நூல் எனினும் அதில் இசைத் தமிழ், நாடகத் தமிழ் தொடர்பான சில நூற்பாக்களும் இடம் பெற்றுள்ளன. இதன் மூலம் முத்தமிழும் ஒன்றுடன் ஒன்று நெருங்கிய உறவுடன், ஒன்றை ஒன்று சார்ந்து இயங்கும் தன்மை உடையவை என்பதும் தெளிவாகிறது. இனி, நாடகம் பற்றித் தொல்காப்பியத்தில் காணப்படும் குறிப்புகளைக் காண்போம்.

நகையே அழுகை இளிவரல் மருட்கை
அச்சம் பெருமிதம் வெகுளி உவகையென்று

அப்பால் எட்டாம் மெய்ப்பா டென்ப. (நூற்பா. 3)

இந் நூற்பாவிற்கான இளம்பூரணர் உரை நம் கவனத்திற்கு உரியது.

"நகை முதலாகச் சொல்லப்பட்ட எட்டும் மெய்ப்பாடு என்று சொல்லுவர் என்றவாறு." மெய்ப்பாடென்பது யாதோவென்னின்.

உய்ப்போன் செய்தது காண்போர்க் கெய்துதல்

மெய்ப்பா டென்ப மெய்யுணர்ந் தோரே. எனச் **செயிற்றியனார்** ஓதுதலின், அச்சமுற்றான் மாட்டு நிகழும் அச்சம் அவன்மாட்டுச் சத்துவத்தினாற் புறப்பட்டுக் காண்போர்க்குப் புலனாகுந் தன்மை மெய்ப்பாடெனக் கொள்ளப்படும். மெய்யின்கண் தோன்றுதலின் மெய்ப்பாடாயிற்று அஃதேல், இவ்விலக்கணம் கூத்தினுள் பயன்படல் உண்டு என்று பொருள் உரைக்கிறார் இளம்பூரணர்.

இதன் விளக்கம்: மறைந்துபோன பழந்தமிழ் இசை, நாடக இலக்கண நூல்களுள் ஒன்று **செயிற்றியம்**. அதன் ஆசிரியரையே **செயிற்றியனார்** என்று குறிப்பிட்டு, மேற்கோள் பாடலையும் தந்துள்ளார் உரை ஆசிரியர். மெய்ப்பாடு என்பது கூத்துக்கான இலக்கணங்களில் ஒன்று என்பதைச் சுட்டிக்காட்டவே இம்மேற்கோள் பாடலைப் பயன்படுத்தி யுள்ளார். "காண்போர்க்குப் புலனாகுந் தன்மை மெய்ப்பாடெனக் கொள்ளப்படும். இவ் விலக்கணம் கூத்தினுள் பயன்படல் உண்டு" என்ற உரைப் பகுதி நாம் சிந்தித்தற்கு உரியது.

மேலும், தொல்காப்பிய மெய்ப்பாட்டியல் நாடகச் சுவை பற்றிய குறிப்பு களையும் தருகின்றது.

கண்ணினும் செவியினும் திண்ணிதின் உணரும்
உணர்வுடை மாந்தர்க் கல்லது தெரியின்
நன்னயப் பொருள்கோள் எண்ணருங் குரைத்தே.

(நூற்பா. 27)

"ஈண்டு சொல்லப்பட்ட நல்ல நயத்தினையுடைய மெய்ப்பாடெல்லாம் ஆராயுங்கால் கண்ணாலும் செவியாலும் விளங்க உணரும் அறிவுடைமாந்தர்க் கல்லது கருதல் அரிது" என்று இளம்பூரணர் பொருள் உரைக்கிறார்.

மற்றொரு உரையாசிரியரான பேராசிரியர்,

"மனத்து நிகழ்ந்த மெய்ப்பாட்டினைக் கண்ணாலும் செவியாலும் உணர்தல் என்பது என்னை எனின், மெய்ப்பாடு பிறந்தவழி உள்ளம்பற்றி முகம் வேறுபடுதலும் உரை வேறுபடுதலும் உடைமையின் அவை கண்ணாலும் செவியாலும் உணர்ந்து கோடல் அவ்வத்துறை போயினாரது ஆற்றலென்பது கருத்து." நாடகம் முதலான நிகழ்த்துக்கலைகளைச் சுவைப்பதற்கு அடிப்படையான உறுப்புகள் கண்களும், செவிகளுமே.

இங்கு பேராசிரியர் உரை, நாடகத்திற்கும் பார்வையாளர்களுக்கும் இடை யிலான உறவு குறித்ததாக இந்நூற்பாவைச் சுட்டிக்காட்டுகிறது.

தொல்காப்பியர் கூறும் 'எட்டு வகை மெய்ப்பாடு'களை, வடமொழியில், 'நாட்டிய சாஸ்திரம்' என்னும் தமது நாடக இலக்கண நூலில் பரத முனிவர் , 'நவ ரஸம்' என்று ஒன்பது வகைப்படுத்துகிறார். இவர் ஒன்பதாவது ரஸம் 'சாந்தம்' என்று குறிப்பிடுகிறார். இதனை ஒரு மெய்ப்பாடாக தொல்காப்பியர் கருதவில்லை என்பதைப் பின்வரும் நூற்பா மூலம் அறிய முடியும்.

நாடக வழக்கினும் உலகியல் வழக்கினும்

பாடல் சான்ற புலனெறி வழக்கம் *(தொல்: அகத்: 53)*

"நாடக வழக்காவது, சுவைபட வருவனவெல்லாம் ஓரிடத்து வந்தனவாகத் தொகுத்துக் கூறுதல். அஃதாவது செல்வத்தாலும், குலத்தாலும் ஒழுக்கத்தாலும், அன்பினாலும் ஒத்தார் இருவராய்த் தமரின் நீங்கித் தனியிடத்து எதிர்ப்பட்டார் எனவும் , அவ்வழிக் கொடுப்போருமின்றி அடுப்போருமின்றி வேட்கை மிகுதியாற் புணர்ந்தார் எனவும், பின்னும் அவர் களவொழுக்கம் நடத்தி இலக்கண வகையால் வரைந்தெய்தினார் எனவும், பிறவும் இந் நிகரனவாகிச் சுவைபட வருவனவெல்லாம் ஒருங்கு வந்தனவாகக் கூறுதல்" என்று இளம்பூரணர் இதனை விளக்குகிறார்.

நாடக வழக்கு என்பதை உலகியல் என்று சொல்லப்படுகின்ற வாழ்வின் இயல்பு நிலைக்கு மாறானது என்று எளிமையாகப் புரிந்துகொள்ளலாம். நாடக வழக்கு என்பது ஒரு செய்தியை அல்லது நிகழ்வை, கலை நயத்துடன் கற்பனை கலந்து காண் போரும் கேட்போரும் சுவைத்து இன்புறுமாறு வெளிப்படுத்தும் முறையாகும். இது புனைவு வகைப்பட்டது. உலகியல் வழக்கு என்பது உண்மை நிலையின் அடிப்படையில் இயல்பாக ஒன்றை

வெளிப்படுத்தும் முறையாகும். நாடக வழக்கு என்பது சுவைபட வருவன எல்லாவற்றையும் ஓரிடத்து வந்ததாகத் தொகுத்து, கற்பனை கலந்து கூறும் முறையினைக் குறிப்பதாகும். இயல்பான செய்கையிலிருந்து மாறுபட்டு மிகைபடச் செய்வதையே நடிப்பு என்றும் நாடகம் என்றும் சொல்வது பொது வழக்கு,

(வழக்கு = நீண்ட காலமாக வழங்கி வருவது; வழக்கத்தில் உள்ளது. வழக்கு > வழக்காறு)

பரத முனிவர் வகுத்துள்ள ரசங்களில் ஒன்றான 'சாந்தம்' என்பது ஒருவரின் இயல்பான தன்மையைக் குறிப்பதால் தொல்காப்பியர் அதனை ஒரு மெய்ப்பாடாகக் கருதவில்லை எனக் கொள்ளலாம்.

மேலும், நாடகத் தமிழ் தொடர்பான சில நூற்பாக்களையும் காணமுடிகிறது.

நாட்டிய மரபின் நெஞ்சு கொளின் அல்லது,
காட்டலாகாப் பொருள' என்ப. *(பொருளியல். 243)*

நாடகத் தமிழின் முக்கிய அங்கமான 'நாட்டிய மரபு' பற்றிய குறிப்பு இந்நூற்பாவில் இடம்பெற்றுள்ளது. இவ்விடத்து நாடகத்தில் விலக்கப்பட வேண்டியவை பற்றிக் குறிப்பிடப்படுகிறது.

தொல்காப்பியர் காலத்திற்கு முன்னரே நாடகக் கலைஞர்களான கூத்தரும், விறலியரும் தமிழகத்தில் நிலைபெற்றிருந்தனர் என்று இந்நூற்பா கூறுகிறது.

கூத்தன் விறலி பரத்தை
யாணஞ் சான்ற அறிவர் கண்டோர்
பேணுதகு சிறப்பிற் பார்ப்பான் பாணன் முதலா
முன்னுறக் கிளந்த அறுவரொடு தொகைஇத்
தொன்னெறி மரபிற் கற்பிற்குரியர் *(செய்யு:188)*

ஆற்றுப்படை நூல்களுக்கான நாயகர்களாக கூத்தர், பாணர், பொருநர், விறலியர் ஆகிய நால்வகைக் கலைஞர்களைத் தொல்காப்பியர் கூறுகிறார். 'பத்துப்பாட்டு' நூல்களுள் ஒன்றான 'மலைபடுகடாம்' என்பது 'கூத்தர் ஆற்றுப்படை' என்றும் கூறப்படுகிறது. இவருள் விறலியர் என்பார் ஆடல் மகளிர் என்னும் பெண்பாற் கலைஞர்கள் ஆவர். இவர்கள் பாடுவதிலும் ஆடுவதிலும் வல்லவர்கள்.

தாவி னல்லிசை கருதிய கிடந்தோர்க்கு
சூதர் ஏத்திய துயிலெடை நிலையும்
கூத்தரும் பாணரும் பொருநரும் விறலியு
மாற்றிடைக் காட்சி யுறழத் தோன்றி.... *(தொல். புறத்.93)*

இவையன்றி வெறியாடல், குரவை என சிலவகை கூத்துகள், ஆட்டங்கள் பற்றிய குறிப்புகளும் தொல்காப்பியத்தில் காணப்படுகின்றன. சிலப்பதிகார காலத்திற்குப் பல்லாண்டுகளுக்கும் முன்னரே தமிழகத்தில் நாடகம் செழித்தோங்கியிருந்ததற்குச் சான்றாக இம்மேற்கோள்கள் இங்கு தரப்பட்டுள்ளன.

இனி, **'காப்பியம்'** *குறித்த விளக்கங்களைப் பழந்தமிழ் நூல்கள் வழி காண்போம்.*

காப்பியம்

காப்பியம் என்னும் சொல்லுக்குத் தமிழ்ப் பேரகராதி, "A narrative poem dealing with aṟam, poruḷ, iṉpam and vīṭu and describing the exploits of a hero, being of two kinds, viz., peru-ṅ-kāppiyam and ciṟu-kāppiyam; *நால்வகை உறுதிப்பொருளையும் கூறுவதாய்க் கதை பற்றி வரும் 'தொடர் நிலைச் செய்யுள்', காப்பியக் கவிகள் (சீவக.1585)."* *என்று பொருள் கூறுகிறது.*

காப்பியம் என்பது தமிழ்ச் சொல்லேயாகும். இது காவியம் என்ற வட மொழிச் சொல்லின் திரிபு அன்று; காப்பு+இயம் என்னும் சொற்களின் சேர்க்கையே காப்பியம் எனப்பட்டது.

தமிழில் கிடைக்கப் பெற்ற முதல் இலக்கண நூலாகிய தொல்காப்பியம் காப்பியத்திற்குரிய இலக்கணம் எதையும் வரையறுக்கவில்லை. ஆயினும் தொன்று தொட்டு, **'காப்பியக்குடி'**, **'தொல்காப்பியம்'** *என்ற சொற்களில் காப்பியம் என்னும் சொல் வழங்கப் பெற்று வருவதைக் காணலாம். மேலும், காப்பியம் என்னும் சொல்* **சீவக சிந்தாமணியில் 'காப்பியக் கவிகள்'** *(1585) என்றும்,* **மணிமேகலையில், 'நாடகக் காப்பிய நன்னூல் நுனிப்போர்'** *(19:80)என்றும், பெருங்கதையில் காப்பியக் கோசம் (1-38 : 167),* **காப்பிய வாசனை** *(4-3 : 42) என்றும் இடம் பெற்றுள்ளமை இதற்குச் சான்றுகளாகும்.*

கி.பி. 12ஆம் நூற்றாண்டில் தோன்றிய **தண்டியலங்காரம்** *என்னும்*

நூலே காப்பியத்திற்கு இலக்கணம் கூறுகிறது. இந்நூல் பெரும்பாலும் சமஸ்கிருத மொழியின் இலக்கணங்களைப் பின்பற்றி எழுதப்பட்ட நூல் என்ற கருத்து உண்டு. காப்பிய இலக்கணத்தைத் தமிழில் முதன்முதலில் விளக்குகின்ற நூற்பாவினைக் காண்போம்.

பெருங்காப்பிய நிலை பேசும் காலை,
வாழ்த்து, வணக்கம், வருபொருள், இவற்றின் ஒன்று
ஏற்பு உடைத்து ஆகி, முன்வரவு இயன்று,
நால்பொருள் பயக்கும் நடைநெறித்து ஆகித்
தன் நிகர் இல்லாத் தலைவனை உடைத்தாய்,
மலை, கடல், நாடு, வளநகர், பருவம்,
இரு சுடர்த் தோற்றம், என்று இனையன புனைந்து,
நல் மணம் புணர்தல், பொன்முடி கவித்தல்,
பூம்பொழில் நுகர்தல், புனல் விளையாடல்,
தேன் பிழி மதுக்களி சிறுவரைப் பெறுதல்,
புலவியில் புலத்தல், கலவியில் களித்தல், என்று
இன்னன புனைந்த நல் நடைத்து ஆகி,
மந்திரம், தூது, செலவு, இகல், வென்றி,
சந்தியில் தொடர்ந்து, சருக்கம், இலம்பகம்,
பரிச்சேதம், என்னும் பான்மையின் விளங்கி,
நெருங்கிய சுவையும், பாவமும், விரும்பக்
கற்றோர் புனையும் பெற்றியது என்ப. (நூற்பா - 8)

பொருள் : பின்வருவன காப்பியத்திற்கான இலக்கணங்கள் ஆகும்.

1. வாழ்த்து, வணக்கம், வருபொருள் ஆகியவற்றில் ஏதேனும் ஒன்றைப் பெற்று வரும்.
2. அறம், பொருள், இன்பம், வீடு என்னும் நால்வகை நெறிகள் இதன் உள்ளடக்கமாம்.
3. தன்னிகர் அற்ற கதைத் தலைவனைப் பெற்றிருக்கும்.
4. மலை, கடல், நாடு, நகர், பருவம், ஞாயிறு, திங்கள் ஆகியன குறித்த வருணனை களும் வாழ்த்துகளும் இடம்பெற்றிருக்கும்.

5. நன்மணம் புரிதல், பொன்முடி கவித்தல், புனல் விளையாட்டு, சிறுவரைப் பெறுதல், புலவியில் புலத்தல், கலவியில் கலத்தல் ஆகியன இடம்பெறும்.

6. மந்திரம், தூது, செலவு, போர், வெற்றி ஆகியவற்றைப் பெற்று வரும். (மந்திரம் : அமைச்சர்களுடன் ஆய்வு நிகழ்த்துவதைக் குறிக்கும். - மந்திராலோசனை)

7. சருக்கம், இலம்பகம், பரிச்சேதம் என்னும் உட்பிரிவுகளில் ஏதேனும் ஒன்றைப் பெற்று வரும். இங்கு, 'சருக்கம், இலம்பகம், பரிச்சேதம் என்னும் பான்மையின் விளங்கி,' என்றது நூலின் உட்பிரிவுகளான இயல் பாகுபாட்டினைக் குறிக்கும்.

8. இலக்கிய நயமும் பாவமும் பெற்று விளங்கும். 'நெருங்கிய... விரும்ப' என்பது எட்டுவகைப்பட்ட சுவையும் மெய்ப்பாட்டுக் குறிப்பும் இடைவிடாமற் கேட்போர் மதிக்க என்று பொருள்படும்.

9. கற்றோரால் இயற்றப் பெறுவதாக அமையும்.

அடுத்து வருகின்ற இரண்டு நூற்பாக்களும் இதன் தொடர்ச்சியாகவே அமைகின்றன.

கூறிய உறுப்பிற் சிலகுறைந் தியலினும்

வேறுபாடு இன்றென விளம்பினர் புலவர் (நூற்பா - 9)

எட்டாம் நூற்பாவில் பெருங்காப்பியத்தின் இலக்கணத்தைக் கூறிய ஆசிரியர், இந்நூற்பாவில் மேலே கூறிய ஒன்பது இலக்கணங்களுள் ஒரு சில குறைந்து வரினும் பெருங்காப்பியமென்றெ கருத வேண்டும் என்றார். இதனால் 'கூறிய வுறுப்பிற் சில குறைந் தியலும்' என்பதற்கு அறமுதல் நான்கு மொழித்து அல்லாத வுறுப்பிற் சில குறைவதே பெருங்காப்பியமென்று கொள்ளப்படும். இது 'வந்தது கொண்டு வராதது முடித்தல்' என்பது.

இதனைத் தெளிவுபடுத்தும் வகையில் 10ஆம் நூற்பா அமைகிறது.

அறமுதல் நான்கினுங் குறைபா டுடையது

காப்பிய மென்று கருதப் படுமே. (நூற்பா - 10)

அறம், பொருள், இன்பம், வீடு என்னும் நான்கினுள் ஒன்றேனும் பலவேனும் குறைந்து வருவதும் காப்பியமென்றே கருதப்படும்

என்பது பொருள். பெருங்காப்பியத்தில் எவை குறைந்து வரினும் இழுக்கில்லை என்பது இதன் விளக்கமாகும்.

தொடர்ந்துவரும் நூற்பா காப்பியத்தின் மொழிநடையைக் குறித்து விளக்குகிறது.

> அவைதாம்
>
> **ஒருதிறப் பாட்டினும் பலதிறப் பாட்டினும்**
>
> **உரையும் பாடையும் விரவியும் வருமே** (நூற்பா - 11)

(ஒருதிறம் = ஒருவகை; பாடை = பிறமொழி; விரவி = கலந்து)

பொருள்: காப்பியம் ஓரேவகைச் செய்யுளால் அமைவதும், பலவகைச் செய்யுட்களால் அமைவதும் உண்டு. செய்யுளாக அமைவது மட்டுமன்றி இடையிடையே உரைநடையும் பிறமொழிச் சொற்களும் கலந்துவருவதாக அமைவதும் உண்டு.

இவ்விலக்கணக் கூறுகளையெல்லாம் அடிப்படையாகக் கொண்டு சிலப்பதிகாரத்தை ஆராயுமுன், தமிழில் காப்பியம் என்ற சொல்லுக்கான பல்வேறு பெயர்களைப் பார்ப்போம்.

தொடர்நிலைச் செய்யுள், தொடர்நடைச் செய்யுள், வித்தாரக்கவி, கதைப் பாட்டு, உரையிடையிட்ட பாட்டுடைச் செய்யுள், நாடகம் எனப் பல்வேறு பெயர்களில் காப்பியம் அறியப்படுகிறது.

ஒரு கதையினைச் செய்யுளில் அமைத்து விரிவாகப் பாடுதலால்,'வித்தாரக் கவி' எனப் பெயர் பெற்றது. (வித்தாரம் = விஸ்தாரம், விரிவு)

பாட்டு என்பது செய்யுளைக் குறிக்கும். கதையை உரைநடையாக இல்லாது, பாட்டு வகையில் கூறலால் காப்பியம், இப்பெயர் பெறலானது. கோவலன் கதை, நல்லதங்காள் கதை, காத்தவராயன் கதை எனக் கிராமப்புறங்களில் இன்றும் பல்வேறு கதைப் பாடல்கள் பாடும் வழக்கம் நடைமுறையில் உள்ளது.

செய்யுள் நடையில் கூறப்பெறும் கதையில், இடையிடையே உரைநடை பெற்றுவருவதும் உண்டு. சிலப்பதிகாரம், பாரதவெண்பா, அரிச்சந்திர வெண்பா போன்றன இதற்கான சான்றுகள் ஆகும்.

காப்பியம், நாடகம் எனவும் கூறப்பெறுகிறது. இங்கு, கம்ப ராமாயணம், 'கம்ப நாடகம்' என்றும் அழைக்கப்படுவதை நினைவுகூரலாம்.

வரகுண பாண்டியன் :

எழுத்தொடு சொற்பொருள் யாப்பணி யென்னா
வழுத்துஞ் சுருதி சுரவன்னம் அழுத்துந்
தனியொற்றுப் பாவனை தான மிரசம்
பன்னிரண் டிலக்கணமாம் பார். *(மதிவாணன்)*

இயற்றமிழ் : ஓசை ஒலி அளவாய் வந்த எழுத்து, சொல், பொருள், யாப்பு, அணி என்ற ஐந்து இலக்கண இலக்கியங்களை உடையது இயற்றமிழ்.

இசைத் தமிழ் : இசை யொலி அளவாய் வந்த நுண்ணிய அலகினையுடைய பாலை (சுருதி)களையும், இப்பாலைகள் நிற்றற்கு நிலம் போன்றுள்ள கேள்வி(சுரம்)களையும், பாலை, கேள்வி சேர்க்கையால் வரும் வர்ணம் அல்லது பண்(ராகம்)களையும், ஒத்து எனப்படும் பாணி அல்லது தாளத்தையும் அங்கங்களாக உடையது இசைத்தமிழ். இசைக்குப் பா இன்றியமையாததாகலின், இயற்றமிழுக்குரிய ஐந்து அங்கங்களும் இசைத்தமிழிற்கும் உண்டு என்க.

நாடகத் தமிழ்: ஓசையடியாய் வந்த இயற்றமிழும், இசையொலி அடியாய் வந்த இசைத் தமிழும், அசைவு அடியாய் வந்த ஆடலும் சேர்ந்தே நாடகத் தமிழ் ஆயிற்று. இதனைக் 'கூத்து' எனவும் கூறுவர். இஃது அகக் கூத்து, புறக் கூத்து என இரு வகைப்படும். பாவும் பண்ணும் இன்றிக் கூத்து இல்லை. இயலுக்கும் இசைக்கும் உரிய ஒன்பது அங்கங்களும் இதற்கும் உண்டு என்க." (1950 : ப.4)

க.வெள்ளை வாரணன் :

இவர், விபுலானந்த அடிகள், 'யாழ் நூல்' இயற்றியதில் அவருக்குப் பெரும் துணையாக இருந்தவர். இவர் எழுதிய 'இசைத் தமிழ்' என்னும் நூல் இசைத் தமிழ் ஆய்வுகளில் குறிப்பிடத் தக்கது.

"மாந்தரது எண்ணத்தின் வெளிப்பாடாகிய மொழி, அவர்தம் கருத்து வளர்ச்சிக்கும் சொல் வளர்ச்சிக்கும் துணைசெய்யும் சிறப்புடையது என்பதனை நுண்ணிதின் உணர்ந்த பண்டைத் தமிழ் மக்கள், தம்மாற் பேசப்படும் தாய்மொழியாகிய தமிழை இயல்,இசை, நாடகம் என முத்தமிழாக அமைத்துக்கொண்டார். எப்பொருளையும் தெளிவாக எண்ணியறியும் உள்ளத்தின்

இயல்பினை வளர்த்தற்குரிய மொழியமைப்பினை இயற்றமிழ் என்றும், கேட்போர் உள்ளத்தினைக் குளிரச் செய்யும் இன்னோசை மிக்க உரையின் இயல்பினை இசைத் தமிழ் என்றும், மக்கள் சொல்வன அவர்களது உடம்பில் தோன்றும் மெய்ப்பாடுகளால் பிறர்க்குப் புலப்படும்படி அமைந்த மொழிநடையினை நாடகத் தமிழ் என்றும் மிகப் பழைய காலத்திலேயே தமிழ் முன்னோர் வகுத்துள்ளனர்." *(1979. பக். 1, 2)*

ஐம்பெருங் காப்பியங்களில் முதன்மையானதாக விளங்கும் சிலப்பதிகாரம் ஒரு சிறந்த நாடகக் காப்பியம் என்பதை அடியார்க்கு நல்லார் உரை பாயிரத்தில் இவ்வாறு உறுதிப்படுத்துகிறார்:

"உலகத்துக் காப்பியஞ்செய்வோன் அறனும் பொருளும் இன்பமும் வீடும் கூறல்வேண்டுமன்றே; இந்நாடகக் காப்பியத்தினுள் அறனும் பொருளும் இன்பமும் கூறிச் சிறிதாயினும் வீடு கூறிற்றிலர்; என்னையெனின், நாற்பொருளும் பயப்பப் பெருங் காப்பியமாகச் செய்யக் கருதியிருக்கின்றார்க்கு அடிகள், "நாட்டுதும் யாமோர் பாட்டுடைச் செய்யுள்" என உளப்பாட்டுத் தன்மையாற் கூறினார். ....தமது முத்தமிழ்க் கல்வியும் வித்தகக் கவியும் காட்டுதற்குத் தாம் வகுத்துக்கொண்ட மூவகை உள்ளுறையின் விளைவு தோன்ற, 'மங்கல வாழ்த்துப் பாடல்' முதல் 'வரந்தரு காதை' இறுதி முப்பது வகைத்தாக வரையறுத்து, அதனை அதிகாரமாகப் பொதிந்து முன்வைத்துப் பின்னர், அறனும் பொருளும் இன்பமும் கூறினார்." மணிமேகலை பெயரான் அறனும் வீடும் பயப்ப ஒரு காப்பியம் செய்தமைத்தனம் என சாத்தனார் கூறக் கேட்டு, அடிகள் சிலம்பில் வீடு கூறவில்லை என்பதாக அடியார்க்கு நல்லார் உரை பாயிரத்தை நிறைவு செய்கிறார்.

இனி, நாடகக் காப்பியம் பற்றி, நாடக இயல் எழுதிய பரிதிமாற் கலைஞரின் கருத்தினைக் காண்போம்.

புலவன் கூற்றிற் பொலிவதாகி
நல்லிசைப் பாவொடு நாடக வுறுப்பிடை
நண்ணி நடப்பது நாடகக் காப்பியம்.

"நூலாசிரியனது கூற்றாகவே விளங்குவதாய், நல்லிசை வாய்ந்த பாடல்களோடு, நாடகத்திற்கு வேண்டிய இலக்கணங்களுட் சில இடையிடையே பொருந்தி நடப்பது நாடகக் காப்பியம் என்னும்

பெயரினையுடையதாம். ஐம்பெருங் காப்பியங்களுள் ஒன்றாகிய சிலப்பதிகாரம் இதற்கு உதாரணமாம்," என்று இந்நூற்பாவிற்குப் பொருள் உரைக்கிறார். (நாடகவியல் -164)

'தமது முத்தமிழ்க் கல்வியும் வித்தகக் கவியும் காட்டுதற்குத் தாம் வகுத்துக் கொண்ட மூவகை உள்ளுறையின் விளைவு தோன்ற,' என்னும் உரையாசிரியரின் கூற்று மிகவும் ஆழ்ந்து சிந்தித்தற்குரியது. இதன் மூலம், கதைத் தலைவியான கண்ணகியின் வரலாற்றை முத்தமிழ்க் காப்பியமாகவும், நாடகக் காப்பியமாகவும் உருவாக்கும் எண்ணத்துடன்தான் இக்கதைக்கு இம்மூன்று உள்ளுறைகளை அடிகள் வகுத்துக் கொண்டார் என்பது புலனாகும். தம்முடைய முத்தமிழ்ப் புலமையையும் கவித்துவத்தையும் முழுமையாக வெளிப்படும் வகையிலேயே தம் நூலைப் படைத்தார் என்பதைக் காப்பியக் கட்டமைப்பையும் உள்ளடக்கத்தையும் கொண்டு தெளிவுபடுத்திக் கொள்ளலாம். ஒரு சிறிய கதையை மூன்று காண்டங்களில் 30 அதிகாரங்களாக முத்தமிழிலும் அமைந்த ஒரு பெருங்காப்பியமாகப் படைத்து, அதனைப் பழந்தமிழ்க் கலை, பண்பாட்டின் ஒரு கருவூலமாகத் திகழச்செய்துள்ளார். கட்டமைப்பைக் குறித்து விளக்கும் சில பகுதிகளைக் காண்போம்.

மங்கலவாழ்த்துப் பாடலும்(63) "இதனை மங்கலவாழ்த்துக் காதையுமென்னாது பாடலுமென்றது என்னை யோவெனின்,- இஃது ஆசிரியப்பாவால் வாராது கொச்சகக்கலியால் வருதலானும், கதையை யுடையது காதையா மாதலானும், அவ்வாறு இதில் கதை நிகழ்ச்சி இன்மையானும், வாழ்த்தும் உரையும் பாடலுமாய் வருதலானும் இங்ஙனம் பெயர் கொடுத்தாரென உணர்க."

மடலவிழ் கானல்வரியும்(69) "அங்ஙனம் கடலாடிய கோவலனும் மாதவியும் கழிக்கான லிடத்து யாழ்ப்பாட்டு நிகழ்த்திய கானல் வரியும், இஃது இசைப்பாவாற் பெற்ற பெயர். இதனுள்ளும் கதை நிகழாமையுணர்க."

வேட்டுவ வரியும் (73)"கூத்துள் படுதலின், நாடக வரிப் பெயராய், வேட்டுவ வரி நிகழ்தலின் இது வேட்டுவ வரி ஆயிற்று. இது கூத்தாற் பெற்ற பெயர்."

ஆய்ச்சியர் குரவையும் (77) "இதுவும் ஆய்ச்சியரிடத்து நிகழ்தலான் ஆய்ச்சியர் குரவை யெனக் கூத்தாற் பெற்ற பெயர்."

ஊர் சூழ் வரியும் (79) “கண்ணகி ஊர் சூழ வருவதனைப் பத்தினிப் பெண்டிர் கண்கூடாக் காண்டலின் இஃது ஊர் சூழ் வரி யென்பதாயிற்று. இதுவும் கூத்தாற் பெற்ற பெயர்.”

குன்றக் குரவையும்(83) “உற்பாத சாந்தியாக முருகவேளை நோக்கி அக்குன்றின் கண் குறத்தியர் ஆடிய குரவையும் ....”

(பதிகவுரை: 62 - 85)

இவை நீங்கலாக, ‘மனையறம் படுத்த காதை’ முதல் ‘வரந்தரு காதை’ ஈறாக அமைந்த ஏனைய 24 பகுதிகளும் கதை நிகழ்தலால் காதை எனப் பெயர்பெற்றன என்பது அடியார்க்கு நல்லார் கூற்று. இப் பகுதிகள் முழுமையும் இயற்றமிழாலான தாகும்.

எனவே, நாடகத்தில் மட்டுமே இயலும் இசையும் சேர்ந்து, முத்தமிழும் விரவி வரும் என்பதால் இதனை நாடகக் காப்பியம் என்று கூறுதல் சாலப் பொருந்துவதாகும்.

‘நாடகக் காப்பியம்’ என்று சிலப்பதிகாரத்தை அழைப்பதற்கான காரணங்களாக ‘வாழ்வியற் களஞ்சியம்’ (தொகுதி-9) சிலவற்றைக் குறிப்பிடுகிறது. “துடிப்பு நிறைந்த உரையாடல், பொருள் மிகுந்த சொற்கள், பாத்திர வார்ப்பு, தொடக்கம், முடிவு, செயல் ஒருமை, கால ஒருமை, புனைந்துரை அனைத்தாலும் சிலப்பதிகாரம் நாடகக் காப்பிய மாகிறது; இசைப் பாடல்கள் ஒருவர் கூற்றாக மட்டும் அமையாமல் பாத்திரங்கள் தமக்குள் பேசுவனவாகவும், அனைவரும் ஒன்றுசேர்ந்து பாடுவனவாகவும் நாடகக் காட்சி போல் அமைதலினால் இது நாடகக் காப்பியமாகிறது. கானல்வரி, வேட்டுவவரி, ஆய்ச்சியர் குரவை, குன்றக் குரவை, வாழ்த்துக் காதை, வழக்குரை காதை ஆகியவை நாடகப் போக்கில் அமைந்துள்ளதால் இது நாடகக் காப்பியம் என்று கூறியுள்ளது முக்கியமானது.

நாடகக் குணமும் காப்பியக் குணமும் பொருந்தி நின்று, ‘சிலப்பதிகாரம்’, நாடகமாகவும் தன்னை அடையாளங் காட்டிக் காப்பியமாகவும் (கதையாகவும்) தன்னை அடையாளங் காட்டியுள்ளது என்பது முக்கியம். ‘நாடகக் காப்பியம்’ என்பது அடியார்க்கு நல்லார் கருத்தாகும்” (தொகுதி 9, தமிழ் பல்கலைக்கழகம், 1988).

உரை ஆசிரியர்களால் இயற்றமிழ்ப் பகுதி என வரையறுக்கப்பட்டுள்ள காதைகளிலும்கூட இசைத் தமிழ், நாடகத்தமிழ் இலக்கணம், இலக்கியம் குறித்த ஏராளமான மேற்கோள் பாடல்கள், வரலாற்றுச் செய்திகள் இடம்பெற்றிருப்பதன் மூலம் காப்பிய ஆசிரியரின் படைப்பு நோக்கம் தெளிவாகிறது. சிலப்பதிகாரத்தைத் தமிழின் முதல் நாடகக் காப்பியம் என்று உலகிற்கு அறிமுகம் செய்யும்போது உலகின் தலைசிறந்த நாடகக் காப்பியங்களின் வரிசையில் முதலிடம் பெறும் என்பதில் ஐயமில்லை.

★★★

6. கதை மாந்தர்கள்

ஒரு காப்பியத்திற்கு ஏற்றவாறு முதன்மைக் கதை மாந்தர்களுடன் பல கதை மாந்தர்கள் அவ்வப்போது காப்பியத்தில் தோன்றி மறைகிறார்கள். பூம்புகாரில் வசித்துவரும் கண்ணகி காப்பியத்தின் கதைத் தலைவி; தலைவன் அவள் கணவன் கோவலன்; அவ்விருவருக்கும் அடுத்த நிலையில் முக்கியப் பாத்திரமாக காப்பியத்தில் இடம் பெறும் கணிகை குலத்தில் பிறந்து, நாட்டியம், இசை, யாழிசை என நுண்கலைகளில் மிகுந்த தேர்ச்சி பெற்ற மாதவி. காப்பியத்தின் முதன்மைப் பாத்திரங்களாக இவர்களே விளங்குகிறார்கள்.

மாக வான் நிகர் வண் கை மாநாய்கன் குலக் கொம்பர்;
ஈகை வான் கொடி அன்னாள்; ஈர்-ஆறு ஆண்டு அகவையாள்;
அவளும்-தான்,
போதில் ஆர் திருவினாள் புகழ் உடை வடிவு என்றும்,
தீது இலா வடமீனின் திறம் இவள் திறம் என்றும்,
மாதரார் தொழுது ஏத்த வயங்கிய பெரும் குணத்துக்
காதலாள்; பெயர் மன்னும் கண்ணகி என்பாள் மன்னோ.

மங்கல வாழ்த்துப் பாடலடிகள் வள்ளல் தன்மை நிறைந்த மாநாய்கனின் மகள் கண்ணகி என்றும் அவளுடைய வயது பன்னிரண்டு என்றும் கூறுகின்றன.

பெரு நிலம் முழுது ஆளும் பெருமகன் தலைவைத்த
ஒரு தனிக் குடிகளோடு உயர்ந்து ஓங்கு செல்வத்தான்;
வரு நிதி பிறர்க்கு ஆர்த்தும் மாசாத்துவான் என்பான்;

கோவலனின் தந்தையைப் பெரும் செல்வந்தனும் வள்ளலும் ஆகிய மாசாத்துவான் என்றும்,

இரு நிதிக் கிழவன் மகன் ஈர்-எட்டு ஆண்டு அகவையான்;
அவனும்-தான்,
மண் தேய்த்த புகழினான்;மதி முக மடவார் தம்
பண் தேய்த்த மொழியினார் ஆயத்துப் பாராட்டி,
'கண்டு ஏத்தும் செவ்வேள்' என்று இசை போக்கி, காதலால்
கொண்டு ஏத்தும் கிழமையான்; கோவலன் என்பான்
மன்னோ.

அவனுடைய மகன் கோவலன் செவ்வேளுக்கு இணையானவன், 16 வயது உடையவன் என்றும் அறிமுகம் செய்விக்கப்படுகிறார்கள்.

மாநாய்கன், மகள் கண்ணகி, மாசாத்துவான், மகன் கோவலன் என நான்கு பாத்திரங்கள் முதல் பகுதியில் அறிமுகம் ஆகிறார்கள்.

இதனை அடுத்து மூன்றாவது பகுதியான 'அரங்கேற்று காதை' யில்

சிறப்பில் குன்றாச் செய்கையொடு பொருந்திய
பிறப்பில் குன்றாப் பெரும் தோள் மடந்தை
தாது அவிழ் புரி குழல் மாதவி...

என்று மாதவி அறிமுகம் ஆகிறாள்.

மாதவியின் பெற்றோர் குறித்துத் தகவல்கள் பெரிதாக இல்லை. மாதவியின் தாய் பெயர் சித்திராபதி' என்பது மணிமேகலைக் காப்பியத்தின் மூலமே அறியப்படுகிறது. மாதவியின் பணியாளர்கள், கூனி, தோழி வசந்தமாலை என்பது தவிர வேறு பாத்திரங்கள் இல்லை.

அரங்கேற்று காதையில் அறிமுகம் ஆகும் மாதவி காப்பியத்தின் எட்டாம் அதிகாரமான 'வேனில் காதை' க்குப் பின் வேறெங்கும் தோன்றவில்லை. அவள் துறவு பூண்டாள் என்பதும், மகள் மணிமேகலையையும் கன்னிப் பருவத்திலேயே துறவு வாழ்க்கையை

மேற்கொள்ளச் செய்தாள் என்பதும் வேறு பாத்திரங்களின் மூலமாகவே இடையிலும் இறுதியிலும் தெரிவிக்கப்படுகின்றன.

அடுத்து, 'இந்திரவிழவு ஊர் எடுத்த காதை' யில் சோழமன்னன் கரிகால் சோழன் சிறப்புகள் பற்றி விவரிக்கப்படுகின்றன. காப்பியக் கதை நிகழ்வுகளில் அவருடைய பங்களிப்பு எதுவும் இல்லை என்பதே உண்மை.

காப்பியத்தில் தோன்றும் ஏனைய கதை மாந்தர்கள்:

சோழ மன்னன் கரிகாலன், பாண்டியன் நெடுஞ்செழியன், அரசி கோப்பெருந்தேவி, சேரன் செங்குட்டுவன், அரசி வேண்மாள், தளபதி வில்லவன் கோதை, தமிழ்ப் புலவர் சாத்தனார், இளங்கோ அடிகள், கவுந்தி அடிகள், கண்ணகியின் தோழி தேவந்தி, மாதவியின் தோழி வசந்தமாலை,கூனி, விஞ்சையன், அவன் மனைவி, ஏவலன் கோசிக மாணி, மாடல மறையோன், மாங்காட்டு மறையோன், கள்வர்கள், வேடுவர்கள், மாதரி, ஐயை, ஆய்ச்சியர், அரண்மனைத் தலைமைப் பொற்கொல்லன், மதுராபதி தெய்வம், மலைக் குறவர்கள், காவற்பெண்டு, இலங்கை அரசன் கயவாகு எனப் பட்டியல் இடலாம். மிகவும் வியக்கத் தக்க வகையில், ஆசிரியர் இளங்கோ அடிகள் 'வரந்தரு காதை'யில் தம்மையே கதை நிகழ்வுகளுக்குள் புகுத்திக்கொண்டு ஒரு பாத்திரமாக நிலைநிறுத்திக் கொள்கிறார். இவர்களுள் தேவந்தி, வசந்தமாலை, கோசிக மாணி, மாடல மறையோன், விஞ்சையன், மதுராபதி தெய்வம், மலைக் குறவர்கள் ஆகிய பாத்திரங்கள் கதை சொல்லிகளாக வந்து காப்பியக் கதையை நகர்த்துவதற்குத் துணைபுரிகிறார்கள். தேவந்தி, மாடல மறையோன் இருவரும் காப்பியத் தில் இறுதிவரை பயணிக்கிறார்கள். கவுந்தி அடிகள், நாடுகாண் காதையிலிருந்து அடைக்கலக் காதை வரை கோவலன், கண்ணகி இருவரையும் வழிநடத்துகிறார்.

இவ்வாறு காப்பியத்தில் முக்கியத்துவம் பெறுகிறார் கவுந்தி அடிகள்.

ஆயினும், கதை மாந்தர்களாக அடையாளம் காணப்படாத இரண்டு முக்கியமான கதா பாத்திரங்களைப் பற்றியும் இந்த ஆய்வு விரிவாகப் பேசுகிறது. ஏனைய கதை மாந்தர்களோடு ஒப்பிடும்போது அவர்களைக் காட்டிலும், முதன்மைப் பாத்திரங்களான கண்ணகி, கோவலன், மாதவி ஆகிய மூவருடன் காப்பியம் முழுவதும்

அதிகமாகப் பின்தொடர்ந்து செல்பவையாகவும் இரண்டறக் கலந்தவையாகவும் யாழும் ஊழும் இடம் பெறுகின்றன. யாழ் உருவமாகவும்*(visible)*, ஊழ் அருவமாகவும்*(Invisible)* பாத்திரங்களாகின்றன. எனவே, முதன்மைக் கதை மாந்தர்களான கண்ணகி, கோவலன், மாதவி எனும் மூவருக்குப் பின் யாழ், ஊழ் என்ற இரண்டையும் முக்கியமான துணைப் பாத்திரங் களாக காப்பிய நோக்கம் நிறைவேறுவதற்காக ஆசிரியர் இளங்கோ படைத்திருக்கிறார் என்பதை நிறுவுவதாகவே இந்த ஆய்வு அமைகிறது.

★★★

7. நாடக உத்திகள்

'நாடக உத்தி' என்று இங்கு குறிக்கப்படுவது ஆங்கில நாடக இயலில் *'Dramatic Technique'* என்னும் கூற்றினை ஒத்ததாகும். நாடகப் படைப்புக்கான பல்வேறு கூறுகளில் **'நாடக உத்தி'** மிக முக்கியமான ஒன்றாகும். சிலம்பினை நாடகக் காப்பியமாக அணுகும்போது தான் அடிகள் திறம்படக் கையாண்டுள்ள பல்வகை உத்திகள், பாத்திரப் படைப்பு, காட்சி அமைப்புகள் முதலானவற்றின் மேன்மைகளையும் நேர்த்திகளையும் ஒருவர் முழுமையாக உணர்ந்து அதன் இலக்கிய இன்பத்தையும் துய்க்க முடியும். 'சிலம்பில் நாடக உத்தி' என்பது சிலப்பதிகாரத்தைக் காப்பியமாக மட்டுமே பார்த்து, அதில் நாடகக் குணங்களை அடையாளப்படுத்திப் பார்ப்பது; இதிலிருந்து மாறுபட்ட இன்னொன்று, சிலப்பதிகாரத்தைத் தனித்த அடையாளங் கொண்ட நாடகக் காப்பியமாகவே (கதைக் கூற்று நாடகம்) பார்த்து, அதில் நாடகக் குணங்களை அடையாளப்படுத்திப் பார்ப்பது என்பார் நாடகப் பேராசிரியர் மு. இராமசாமி. இங்கு சிலப்பதிகாரம் தனித்த அடையாளங் கொண்ட நாடகக் காப்பியம் என்ற நோக்கிலேயே ஆராயப்படுகிறது.

பல்வகை உத்திகள் :

காப்பிய ஆசிரியர் தமது நாடக உத்திகளை 'பதிக'த்திலிருந்தே தொடங்கிவிடுகிறார். காப்பியத்தின் முக்கிய நிகழ்வுகளுக்கான முன்னெடுப்புகள் பதிகத்தில் இடம் பெறுகின்றன. நாடக

உத்திகளில், உள்ளுறை, உவமம், இறைச்சி, வருமுன் உரைத்தல், முரண்கள் முக்கியப் பங்கு வகிக்கின்றன. நாடக வாசகர்கள் அல்லது பார்வையாளர்களின் உணர்வுகளை மனத்தில் கொண்டு காப்பியத்தைக் கட்டமைத்திருப்பதும் ஒரு வகை உத்தி முறையே. அதற்கான சில சான்றுகளை மட்டும் காண்போம்.

25ஆம் அதிகாரமான 'காட்சிக் காதை'யில்,

தான்முலை இழந்து தனித்துயர் எய்தி
வானவர் போற்ற மன்னொடும் கூடி
வானவர் போற்ற வானகம் பெற்றனள். (78 - 80)

என்று கண்ணகி தெய்வ நிலைக்கு உயர்ந்த தன்மையை அடிகள் விவரிக்கிறார். ஆனால், இதனைக் காப்பியத்தின் முகவுரை(*Prelude*)யாகத் திகழும் பதிகத்தின் தொடக்கத்திலேயே,

ஒருமுலை இழந்தாள் ஓர் திருமா பத்தினிக்கு
அமரர்க்கு அரசன் தமர்வந்து ஈண்டி....

(பதிகம்: 5, 6)

என்று காப்பியக் கதையின் தலைவியையும், அவளுக்கான முடிவையும் அறிமுகப்படுத்தி விடுகிறார். இந்த ஓர் உத்தியின் மூலமாகவே காப்பியத்தை நாடகமாக மாற்றிவிடுகிறார் அடிகள்.

தொடர்ந்து, பதிகத்தில் காப்பியத்தின் உள்ளடக்கத்தைப் பட்டியலிடும் போது எட்டாவது அதிகாரமாகிய **'வேனில் காதை'**யை மாதவியின் துயரமான மனநிலையை **'வேனில் வந்து இறுத்தென மாதவி இரங்கிய காதை'** என்று குறிப்பிடுகிறது. அடுத்து வரும் **'கனாத் திறம் உரைத்த காதை'**யை, **'தீதுடைக் கனாத் திறம் உரைத்த காதை'** என்று கூறுவதன் மூலம் எதிர்காலத்தில் கண்ணகிக்கும் கோவலனுக்கும் வரவிருக்கும் பெரும் துன்பத்தை, **'தீதுடை'** என்ற அடைமொழி மூலம் குறிப்பால் உணர்த்துகிறது. **'வேனில்'** பிரிவுத் துன்பத்துக்கான குறியீடாக நிற்கிறது. தொடர்ந்து,

சீர்சால் நங்கை அடைக்கலக் காதையும்,
தீத் திறம் கேட்ட துன்ப மாலையும்,
நண்பகல் நடுங்கிய ஊர் சூழ் வரியும்,
சீர்சால் வேந்தனொடு வழக்கு உரை காதையும்,

என்று பொருத்தமான அடைமொழிகள் மூலம் கதை நிகழ்வுகள், பாத்திரங்களின் பண்புகளை உள்ளுறையாக அமைத்துச் சொல்லியிருக்கும் பாங்கு மிகவும் நுணுக்கமான நாடக உத்தியாகும். **'சீர்சால் நங்கை', 'சீர்சால் வேந்தன்'** என்பன கதை மாந்தர்களின் பண்புகளையும், **'தீத் திறம் கேட்ட', 'நண்பகல் நடுங்கிய'** என்பன கதை நிகழும் சூழலின் பண்புகளையும் முன்னரே சுட்டும் உத்தியாகும். கோவலனுக்குத் தவறான தண்டனை வழங்கிய பாண்டியனை, **'சீர்சால் வேந்தன்'** என்று கூறுவது முரணாகத் தோன்றினும், காப்பியத்தின் இறுதியில் வேந்தன் குற்றம் அற்றவன் என்று கண்ணகி கூறப்போவதையும் இங்கேயே குறிப்பால் உணர்த்தும் உத்தியாக அமைகிறது. பதிகத்தை காப்பியத்தின் முகவுரையாகக் கருதி வாசித்தால் ஆசிரியர் கையாண்டுள்ள பல்வேறு உத்திகளையும் அடையாளம் காண முடியும். இவ்வாறு பதிகத்தையும், காப்பியத்தினுள் ஆங்காங்கே இடம்பெற்றுள்ள கட்டுரைகளையும் முன்னுரைகளாகக் கொண்டு அணுகும் போது, இவை இன்றைய தெருக்கூத்துகளில் கட்டியக்காரன் செய்யும் பணிகளையும், பண்டைய கிரேக்க நாடகங்களில் இடம்பெற்ற 'கோரஸ்'(*Chorus*) என்னும் நாடக நிகழ்வுகளை முன்னுரைக்கும் பாடல் குழுவினரின் பணிகளையும் நமக்கு நினைவுறுத்துகின்றன.

பாத்திரப் படைப்பில் உத்திகள் :

நாடகக் காப்பியத்தின் பாத்திரங்களை அறிமுகம் செய்வதிலும், அவர்களை கனமாகக் கட்டமைப்பதிலும் ஆசிரியர் பல்வகை உத்திகளைப் பின்பற்றுகிறார். தொடக்கமான 'மங்கல வாழ்த்துப் பாடலில்' முதலில் கதைத் தலைவியான கண்ணகியை அறிமுகம் செய்து, பின்னர் தலைவனான கோவலனை அறிமுகப்படுத்துகிறார். இதன் மூலம் காப்பியத்தின் கதை கண்ணகியை மையப்படுத்தியதே என்பது புலனாகிறது. பதிகத்தில் உயர்ந்தோர் ஏத்தும் கண்ணகி என்ற குறிப்பு உள்ளது. அதன் தொடர்ச்சியாக பாத்திர அறிமுகமும் அமைகிறது.

கண்ணகி :

தொடக்கமான 'மங்கல வாழ்த்துப் பாட'லில், பதிக வரிகளுக்கு விளக்கம் தருவதாக கண்ணகி அறிமுகம் அமைகிறது.

போதில் ஆர் திருவினாள் புகழ் உடை வடிவு என்றும்
தீதிலா வடமீனின் திறம் இவள் திறம் என்றும்
மாதரார் தொழுதேத்த வயங்கிய பெருங்குணத்துக்
காதலாள் பெயர் மன்னும் கண்ணகிஎன் பாள்மன்னோ.

(27-30)

என்று அறிமுகப்படுத்துகிறார். இதன் பொருள்: "போதிற் பொருந்திய திருமகளுடைய புகழுடைய வடிவு இவள் வடிவை யொக்கும்; பழுதில்லாத அருந்ததியுடைய புகழையுடைய கற்பு இவள் கற்பையொக்கும்; உலகின் மாதரார் தன்னைத் தொழுதேத்தும்படி விளங்கிய பெருங்குணங்களைக் காதலிப்பாள்; அவள் கண்ணகி யென்று பெயர் கூறப்படுவாள்" என்று அடியார்க்கு நல்லார் பொருள் உரைக்கிறார். அவள் தெய்வத் தன்மை பொருந்தியவள் என்பதும், இறுதியில் அனைவராலும் தொழப்படும் பத்தினி தெய்வ நிலையை அடையப்போகிறாள் என்பதும் கண்ணகியை அறிமுகம் செய்யும்போதே குறிப்பால் உணர்த்தியிருப்பது நாடக உத்தியாகும். இதன் மூலம் தம் கதைத் தலைவியைத் திருமகளுடனும் கற்பில் சிறந்து, வானில் வடமீனாய் விளங்கும் அருந்ததியுடனும் ஒப்பிட்டு, மாதர்கள் எல்லாம் அவளைத் தொழுது வணங்குவர் என்றும் அறிமுகப்படுத்துகிறார் அடிகள்.

மீண்டும் வேட்டுவ வரியில் தெய்வம் ஏறப் பெற்ற சாலினி கண்ணகியைப் பற்றிக் கூறுகிறாள்:

இவளோ, கொங்கச் செல்வி; குடமலை ஆட்டி;
தென் தமிழ்ப் பாவை; செய்த தவக் கொழுந்து;
ஒரு மா மணி' ஆய், உலகிற்கு ஓங்கிய
திரு மா மணி' எனத் தெய்வம் உற்று உரைப்ப

(47 - 50)

பொருள்: இப்பெண்(கண்ணகி), கொங்கு நாட்டிற்குச் செல்வமாயுள்ளவள், குடமலை நாட்டினை யாளும் செல்வி, தென்றமிழ் நாட்டின் பாவை, உலகோர் செய்த தவத்தின் கொழுந்து போல்வாள், இவ்வுலகிற்கு ஒப்பற்ற முழு மாணிக்கம் போன்று உயர்ந்த அழகிய பெண்மணி என்று சாலினி தெய்வம் ஏறிய

நிலையில் கணவனுக்குப் பின்னால் மறைந்து நிற்கும் கண்ணகியை அங்கிருப்பவர்களுக்கு அறிமுகப்படுத்துகிறாள்.

இதற்கு, அரும்பத உரை ஆசிரியர் தரும் விளக்கம், இந்த நான்கு அடிகளுக்குமான உட்பொருளாக அமைகிறது. “மேற்பட்டு இவளைத் தெய்வமாகக் கொண்டாடும் இடம் கூறினபடியாலே, இவள் துர்க்கையாகவே பிறந்தாள் என்றவாறு, கண்ணகிக்கு நிகழ்வது கூறினாள்” என்று பொருள் தருகிறார். அரும்பத உரையே படைப்பாளியான அடிகளின் உள்ளக் கிடக்கையை வெளிப்படுத்துகிறது.

அடுத்து, **‘அடைக்கலக் காதை’** யில் கவுந்தி அடிகள்,

> **தன்துயர் காணாத் தகைசால் பூங்கொடி**
> **இன்துணை மகளிர்க்கு இன்றி யமையாக்**
> **கற்புக்கடம் பூண்ட இத் தெய்வம் அல்லது**
> **பொற்புடைத் தெய்வம் யாம் கண் டிலமால்** *(141 - 144)*

என்று கண்ணகியை மாதரியிடம் அறிமுகப்படுத்துகிறார். “மகளிர்க்கு இன்றியமையாது இருக்க வேண்டிய கற்பு நெறியைக் கொண்டுள்ள இவளே தெய்வம்! வேறு சிறந்த தெய்வத்தை நான் கண்டதில்லை” என்று கண்ணகியைப் போற்றுகிறார் கவுந்தி அடிகள்.

‘கொலைக்களக் காதை’யில்,கோவலன்,

> **நாணமும், மடனும், நல்லோர் ஏத்தும்,**
> **பேணிய கற்பும், பெரும் துணை ஆக;**
> **என்னொடு போந்து, ஈங்கு என் துயர் களைந்த**
> **பொன்னே, கொடியே, புனை பூங் கோதாய்,**
> **நாணின் பாவாய், நீள் நில விளக்கே,**
> **கற்பின் கொழுந்தே, பொற்பின் செல்வி!** *(86 - 91)*

என்று கண்ணகியை அழைத்து நெகிழ்ச்சியுடன் புகழ்ந்து பேசுகிறான்.

மேலும், வஞ்சிக் காண்டத்தின் தொடக்கமான ‘குன்றக் குரவை’யில் குறவர்கள் கண்ணகியைத் தங்கள் குலதெய்வமான வள்ளியாகக் காண்கின்றனர்.

குருவி ஓப்பியும் கிளி கடிந்தும் குன்றத்துச் சென்று வைகி,
அருவி ஆடியும் சுனை குடைந்தும் அலவுற்று வருவேம் முன்,
மலை வேங்கை நறு நிழலின், வள்ளி போல்வீர்! மனம் நடுங்க,
முலை இழந்து வந்து நின்றீர்; யாவிரோ?' என - *(1 - 4)*

தினைப்புனம் காக்கும் பணியில் ஈடுபடும் போது வள்ளியும் குற மகளிரும் மேற்கொள்ளும் பணிகளை முதல் இரண்டு அடிகள் விளக்குகின்றன. "வேங்கை மர நிழலில் எங்கள் குலதெய்வமான வள்ளி போன்று நிற்கும் நீங்கள் யார் ? என்று குறவர்கள் கண்ணகியிடம் கேட்கின்றனர்.

இறுதியில்,

நின்ற எல்லையுள், வானவரும் நெடு மாரி மலர் பொழிந்து,
குன்றவரும் கண்டு நிற்ப, கொழுநனொடு கொண்டு போயினார்;
இவள் போலும் நம் குலக்கு ஓர் இருந் தெய்வம் இல்லை;

(8-10)

அங்கு நடந்த நிகழ்வினைக் கண்ட குற மகளிர் வியந்து " இவளைப் போல் ஒரு பெரிய தெய்வம் நம் குலத்திற்கு வேறு இல்லை" என்று கூறி கண்ணகியைக் கைகூப்பி வணங்கி நின்றதாக இக் காட்சி நிறைவுறுகிறது.

இவ்விடத்து, கூறப்பட்டுள்ள 'வேங்கை மரம்' நம் கவனத்திற்கு உரியது. முருகப் பெருமான் குறமகள் வள்ளியை மணம் புரிய தினைப்புனத்திற்கு வேடன் உருக்கொண்டு வருகிறார். அப்போது வள்ளியின் சகோதரர்களும் சில வீரர்களும் திடீரென அங்கு வருகை புரிகின்றனர். அவர்களிடமிருந்து தம்மை மறைத்துக்கொள்ளும் வகையில் வேடனாய் வந்த முருகன் அங்கு ஒரு வேங்கை மரமாகி நின்றுவிடுகிறார். வள்ளி திருமணம் பற்றிய புராணக் கதையில் வேங்கை மரம் முருகனுக்குக் குறியீடாக விளங்குவதால், அம் மர நிழலில் நின்ற கண்ணகியை மலைக் குறவர்கள் தங்கள் குலதெய்வம் வள்ளியாகப் பார்க்கிறார்கள். குறவர்களின் கூற்றுக்கு வலிமை சேர்க்கும் முகத்தான் அங்கு வேங்கை மரத்தைக் காட்சிப்படுத்துவதும் ஒரு சிறந்த நாடக ஆசிரியனுக்கே உரிய உத்தியாகும்.

இவ்வாறு கண்ணகி பாத்திரத்தைத் தொடர்ந்து கனப்படுத்திக் *(Strong Character)* கொண்டே வருவதன் மூலமாக அடிகள் கண்ணகியே காப்பியத்தின் முதன்மைப் பாத்திரம் *(Principal Character)* என்பதை உறுதிப்படுத்துகிறார். இதுவும் ஒருவகை நாடக உத்தியே என்பதில் ஐயமில்லை. ஆங்காங்கு மற்ற பாத்திரங்களின் கூற்றுகள்வழி ஆசிரியர் கண்ணகியை தெய்வநிலைக்கு ஏற்றிச் செல்கிறார். இவை அனைத்தும் இளங்கோ அடிகள் மிகச் சிறந்த நாடக ஆசிரியர் என்பதற்குச் சான்று பகர்கின்றன.

கோவலன் :

அடுத்து, அழகிய பெண்கள் கூடும் இடங்களில் எல்லாம் அவர்களால் செவ்வேள் என்னும் முருகப் பெருமானுக்கு இணையான அழகுடையவன் என்று கோவலன் போற்றப்படுகிறான். செவ்வேள் தமிழ்க் கடவுள் என்பதால் கோவலனும் கலைகளில் வல்லவன். இதில், கோவலன் இரண்டு பெண்களை மணப்பான் என்பது மற்றொரு உள் குறிப்பாக அமைகிறது.

> **மண் தேய்த்த புகழினான் மதிமுக மடவார்தம்**
> **பண் தேய்த்த மொழியினார் ஆயத்துப் பாராட்டி,**
> **கண்டு ஏத்தும் செவ்வேள் என்று இசை போக்கிக் காதலால்**
> **கொண்டு ஏத்தும் கிழமையான் கோவலன் என்பான்**

என்று கோவலன் அறிமுகம் அமைகிறது. “மடவார் என்பதற்குப் பூமாதும் கலைமாதும் சயமாதும் புகழ்மாதும் புவிமாதும் என்று கூறி, இவர் அழகிற்கும் அறிவிற்கும் ஆண்மைக்கும், புகழுக்கும் பொறைக்கும் இவனென்று உட்கொண்டு ஏத்தும் கிழமையான் எனினும் அமையும்;” என்று அடியார்க்கு நல்லார் கூறுகிறார். மேலும், கோவலனின் கலைப் புலமையை சீவகனுடன் ஒப்பிட்டு, **“கலையின தகலமும் காட்சிக் கின்பமும், சிலையின தகலமும் வீணைச் செல்வமும்”** என்று தொடங்கும் *(சீவக.411)* சீவக சிந்தாமணிப் பாடலை மேற்கோள் காட்டுகின்றார்.

இதனை ஈடு செய்யும் விதமாக ‘குன்றக் குரவை’யில் குறவர்கள் கண்ணகியைத் தங்களின் குலதெய்வமான வள்ளியுடன் ஒப்பிடுதல் உற்றுநோக்கத் தக்கது. தொடக்கத்தில் கோவலனைச் செவ்வேளொடும், குன்றக் குரவையில் கண்ணகியை வள்ளியுடனும் ஒப்பிட்டிருப்பதில் உள்ள ஒற்றுமை காப்பியப் படைப்பில் மிகவும்

நுணுக்கமான கூறுகளில் ஒன்றாகும். காப்பியம் கதைத் தலைவியை மையப்படுத்தியதாய் இருப்பினும், நாடக இலக்கணத்திற்கேற்ப, முதன்மைப் பாத்திரமான கண்ணகிக்கு இணையான தலைவனாக கோவலன் பாத்திரத்தையும் ஏற்றிக் காட்டும் உத்தியாகும்.

காப்பியம் நெடுகிலும் கோவலன் பாத்திரத்தை மிக கவனமாகவே கையாண்டிருக்கிறார் இளங்கோ அடிகள். அறிமுகத்திற்குப் பிறகு கோவலன் அரங்கேற்று காதை இறுதியில் மாதவியை அடைந்து அவள் இல்லத்தில் நிலைபெறுவதாக கதை நகர்த்தப்படுகிறது. அடுத்து வரும் மூன்று காதைகளிலும் மாதவியைப் பற்றிய விவரணங்களுக்கு இடையே கோவலன் அவளுடன் இருப்பதான குறிப்புகள் மட்டுமே உள்ளன.

காப்பியக் கதையின் திருப்புமுனையாக அமைந்துள்ள 'கானல் வரி'யில்தான் யாழ் இசைத்துப் பாடும் கோவலனின் திறமை முதன் முதலில் பேசப்படுகிறது.

'ஏவலன்; பின்,பாணி யாது?' என,

கோவலன் கை யாழ் நீட்ட - அவனும்,

காவிரியை நோக்கினவும், கடல் கானல் வரிப் பாணியும்,

மாதவி தன் மனம் மகிழ, வாசித்தல் தொடங்குமன்.*(1. 17-20)*

துல்லியமாக சுருதி சேர்க்கப்பட்ட உயர்ந்த யாழினை மாதவியிடமிருந்து பெற்றுக்கொண்ட கோவலன் காவிரியை நோக்கி 22 வரிப் பாடல்களைப் பாடுகிறான். பின்னர் அவனிடமிருந்து யாழினைப் பெற்றுக்கொண்ட மாதவியும் தொடர்ந்து 27 பாடல்களை யாழிசைத்துப் பாடுகிறாள். இறுதியில், கோவலன் மாதவியைப் பிரிந்து அங்கிருந்து செல்கிறான். கானல் வரி முற்றுப்பெறுகிறது.

உவவு உற்ற திங்கள் முகத்தாளைக் கவவுக் கை ஞெகிழ்ந்தனனாய்,

'பொழுது ஈங்கு கழிந்தது ஆகலின், எழுதும்' என்று உடன் எழாது,

ஏவலாளர் உடன் சூழ்தர, கோவலன்தான் போன பின்னர்

(52. 5 - 7)

கதையில் மிக முக்கியத் திருப்பம் நிகழ இங்கு கோவலன் காரணமாகிறான்.

யாழ் இசைப்பதில் மட்டுமின்றி நாட்டியம், கூத்து முதலான நிகழ்த்துக் கலைகளிலும் கோவலன் வல்லமை பெற்றவன் என்பதை விளக்கும் வகையில் அடுத்து வரும் 'வேனில் காதை'யில் ஒரு காட்சி அமைகிறது.

மாதவியின் மடலை எடுத்து வந்த அவளுடைய தோழி வசந்தமாலையிடம், அதனைப் பெற்றுக்கொள்ள மறுக்கும் கோவலன் அவளிடம் மாதவியின் செயல்களை எட்டுவகை வரிக் கூத்துகளுடன் ஒப்பிட்டுப் பேசுகிறான். *(74 - 110)*

மாதர் வாள்முகத்து, மதைஇய நோக்கமொடு,
காதலின் தோன்றிய கண்கூடு வரியும்; *(76, 77)*

"வருக" என, வந்து "போக" எனப் போகிய
கரு நெடுங் கண்ணி காண் வரிக் கோலமும்; *(82, 83)*

களி மயில் சாயலும், கரந்தனள் ஆகி,
செரு வேல் நெடுங் கண் சிலதியர் கோலத்து
ஒரு தனி வந்த உள் வரி ஆடலும்; *(87 - 89)*

திறத்து வேறு ஆய என் சிறுமை நோக்கியும்,
புறத்து நின்று ஆடிய புன்புற வரியும்;
(92, 93)

தளர்ந்த சாயல், தகை மென் கூந்தல்
கிளர்ந்து வேறு ஆகிய கிளர் வரிக் கோலமும்; *(100, 101)*

பிரிந்து உறை காலத்து, பரிந்தனள் ஆகி,
என் உறு கிளைகட்குத் தன் உறு துயரம்
தேர்ந்துதேர்ந்து உரைத்த தேர்ச்சி வரி; அன்றியும்,
(102 - 104)

வண்டு அலர் கோதை மாலையுள் மயங்கி,
கண்டவர்க்கு உரைத்த காட்சி வரியும்; *(105, 106)*

அடுத்துஅடுத்து, அவர் முன் மயங்கிய மயக்கம்
எடுத்து அவர் தீர்த்த எடுத்துக்கோள் வரியும்;
ஆடல் மகளே ஆதலின் ஆயிழை
பாடுபெற் றன அப் பைந்தொடி தனக்கென *(107 - 110)*

மாதவி ஒரு நாடக மகள். ஆதலால் இந்த எட்டுவகைக் கூத்துகளிலும் நிகழ்வது போல் நடிப்பது அவளுக்குக் கைவந்ததே என்று கூறி அவள் மடலை ஏற்க மறுத்துவிடுகிறான்.

நாடு காண் காதையில்,

காமனும் தேவியும் போலும் ஈங்கிவர்
ஆரெனக் கேட்டீங்கு அறிகுவம் என்றே *(221, 222)*

என்று கோவலன் மன்மதனோடு ஒப்பிடப்படுகிறான். தேவி என்றது ரதியாகிய கண்ணகி.

புறஞ்சேரி இறுத்த காதை :

கோவலன் தந்தை மாசாத்துவானின் ஏவலன் கோசிகமாணி கோவலனைச் சந்திக்கிறான்.

அவனுடைய கூற்றாக கோவலனைப் பிரிந்து வாடும் காவிரிப்பூம்பட்டினத்து மக்களின் மனநிலை வெளிப்படுத்தப் படுகிறது.

அரசே தஞ்சமென்று அருங்கான் அடைந்த
அருந்திறல் பிரிந்த அயோத்தி போலப்
பெரும்பெயர் மூதூர் பெரும்பே துற்றதும் *(64 - 66)*

"தந்தை சொல்லை ஏற்று கானகம் சென்ற இராமனைப் பிரிந்த அயோத்தி மக்களைப் போல், கவிரிப்பூம்பட்டினத்து மக்களும் உன்னைப் பிரிந்து வருந்தியிருக்கின்றனர்" என்று கோசிகமாணி கோவலனிடம் கூறுவதாக இக்காட்சி அமைகிறது. இங்கு உட்பொருளாக, கோவலனை திருமாலின் அவதாரமான இராமபிரானோடு ஒப்பிட்டு ஒரு புனிதம் அவன் மீது ஏற்றப்படுகிறது. இந்த ஒப்பீட்டின் மூலம் அடிகளின் நாடகம் சார்ந்த நுண்மாண் நுழைபுலத்தை நன்கு உணரலாம்.

பூம்புகார் மக்களின் நிலையை அடிகள் இங்கு விவரிக்கவில்லை. ஆனால், ஓராயிரம் ஆண்டுகள் கழித்து கவிச்சக்கரவர்த்தி கம்பன்

இராமனைப் பிரிந்த அயோத்தி மக்களின் நிலையை தம்முடைய இராம காதையில், 'அயோத்தியா காண்டம்' - 'நகர் நீங்கு படலம்' முழுவதிலும் விவரிக்கிறான். படலத்திலிருந்து ஒரே ஒரு பாடலை மட்டும் இங்கு ஒப்புநோக்கி சிலம்பின் காட்சியை நாம் கண் முன் கொண்டுவரலாம்.

விழுந்தனர் சிலர்; சிலர் விம்மி விம்மிமேல்
எழுந்தனர்; சிலர்முகத்து இழிகண் ணீரிடை
அழுந்தினர்; சிலர்பதைத்து, அளக வல்லியின்
கொழுந்து எரி உற்றெனத் துயரம் கூர்கின்றார். (169)

தமிழின் முதல் காப்பியமான 'சிலப்பதிகாரம்' கம்பனுக்குத் தமது இராமாயண காப்பியத்தைப் படைக்கப் பல்வகைகளிலும் முன்னோடியாக இருந்திருக்கக் கூடும். இவ்வகையில் வால்மீகியின் படைப்பினைத் தமிழ்ப் பண்பாட்டிற்கான 'இராம காதை' யாக உருவாக்கும் முயற்சியில் கம்பனிடம் இளங்கோ அடிகளின் படைப்பாக்க உத்திகள் பெரும் தாக்கத்தை ஏற்படுத்தியிருக்கவேண்டும் என்பது இந்நூலாசிரியர் கருத்து ஆகும். மகாகவி பாரதியாரும் தம் படைப்புகளில் கம்பனையும் இளங்கோவையும் ஒன்றாக இணைத்தே புகழ்ந்திருப்பதையும் இங்கு நினைவுகூரலாம்.('செந்தமிழ் நாடு', 'யாமறிந்த மொழிகளிலே', 'தமிழ்ச் சாதி').

அடுத்து, ஏவலனிடமிருந்து பெற்றுக்கொண்ட மாதவியின் ஓலையைப் படித்த பின் கோவலன் பேசும் வார்த்தைகளின் மூலம் அவன் குண நலன்கள் வெளிப்படுகின்றன.

அடிகள் முன்னர் யான் அடி வீழ்ந்தேன்;
வடியாக் கிளவி மனக்கொளல் வேண்டும்;
குரவர் பணி அன்றியும், குலப்பிறப்புஆட்டியோடு
இரவிடைக் கழிதற்கு, என் பிழைப்பு அறியாது,
கையறு நெஞ்சம் கடியல் வேண்டும்;
பொய் தீர் காட்சிப் புரையோய், போற்றி!'
என்று அவள் எழுதிய இசைமொழி உணர்ந்து,
'தன் தீது இலள்' என, தளர்ச்சி நீங்கி,

'என் தீது' என்றே எய்தியது உணர்ந்து... (87 - 95)

ஈண்டு, முன்னர் 'வேனில் காதை' யில் வசந்தமாலையிடமிருந்து மாதவியின் கடிதத்தைப் பெற மறுத்து, அவள் கடிதத்தைப் படிக்காமலே,

ஆடல் மகளே ஆதலின், ஆய்-இழை!
பாடு பெற்றன அப் பைந்தொடி-தனக்கு' என -

(வேனில்.109 - 110)

கோவலன் மாதவியைப் பலவாறாக இகழ்ந்து பேசி அவளை ஒரு நாடக மகள், ஏமாற்றி நடிப்பது அவளுக்குக் கைவந்த கலை என்றும் தூற்றியதையும் நினைந்து வெட்கப்படுகிறான். ஆனால், மாதவியின் கடிதத்தைப் படித்த பின் கோசிக மாணியிடம் "மாதவி குற்றமற்றவள் என்றும், குற்றம் புரிந்தது தாமே" என்றும் கோவலன் கூறுவது அவனது நற்பண்பினைக் காட்டுகிறது. இவ்வாறாக அவன் பாத்திரம் மெருகூட்டப்படுகிறது.

பின்னர், அங்கு யாழிசைத்துப் பாடிக்கொண்டிருந்த பாணர்களோடு சேர்ந்து கோவலனும் யாழ் இசைக்கும் ஆற்றலை வெளிப்படுத்துகிறது இக் காட்சி. செங்கோட்டு யாழினை இசைக்கும் வகையில் சுருதி கூட்டிப் பின்னர் அரும்பாலைப் பண்ணையும், ஆசான் திறம் பண்ணில் பாடலையும் பாடினான் என்று கூறும் பகுதி இது.

ஆடு இயல் கொள்கை அந்தரி கோலம்
பாடும் பாணரில் பாங்குறச் சேர்ந்து,
செந்திறம் புரிந்த செங்கோட்டு-யாழில்,
தந்திரிகரத்தொடு திவவு உறுத்து யாஅத்து,
ஒற்று உறுப்பு உடைமையின் பற்றுவழிச் சேர்த்தி
உழை முதல் கைக்கிளை இறுவாய்க் கட்டி,
வரன்முறை வந்த மூ-வகைத் தானத்து,
பாய் கலைப் பாவை பாடல்-பாணி
ஆசான் திறத்தின் அமைவரக் கேட்டு,
பாடல்-பாணி அளைஇ, அவரொடு - *(104 113)*

அடுத்து, **அடைக்கலக் காதை***(4294)*யில் மாடல மறையோன் என்ற பாத்திரத்தின் மூலம் கோவலனின் குண நலன்களைப்

பேச வைத்து, அவனுக்குக் கதைத் தலைவனுக்குரிய ஏற்றத்தைத் தருகிறார் அடிகள். கோவலன் முற்பிறவியில் தன் அரிய செயல்கள் வாயிலாக ஒரு கருணை மறவனாகவும் *(42-53)*, செல்லாச் செல்வனாகவும் *(54-75)*, இல்லோர் செம்மலாகவும் *(76-94)* திகழ்ந்ததாக மாடலமறையோன் கோவலனிடம் விளக்குகிறான்.

பிடர்த்தலை இருந்து, பெரும் சினம் பிறழாக்
கடக் களிறு அடக்கிய கருணை மறவ! *(52, 53)*

தானம் செய்து, அவள்-தன் துயர் நீக்கி
கானம் போன கணவனைக் கூட்டி,
ஒல்காச் செல்வத்து உறு பொருள் கொடுத்து,
நல்வழிப் படுத்த செல்லாச் செல்வ! *(72 75)*

அழிதரும் உள்ளத்து-அவளொடும் போந்து, அவன்
சுற்றத்தோர்க்கும் தொடர்பு உறு கிளைகட்கும்
பற்றிய கிளைஞரின் பசிப்பிணி அறுத்து,
பல் ஆண்டு புரந்த இல்லோர் செம்மல்! *(87 90)*

மேலும், யானறிந்த வரை இப்பிறவியிலும் நீ செய்தன யாவும் நல்வினையே! என்றும் கூறுகிறான்.

இம்மைச் செய்தன யான் அறி நல்வினை; *(91)*

கோவலனை ஈடு இணையற்ற தலைவனாக உயர்த்திக் காட்டும் அடிகளின் உத்திகளில் இதுவும் ஒன்று என்று கூறாமலே விளங்கும்.

'**புறஞ்சேரி இறுத்த காதை**'யில் கோவலனை இராமபிரானோடு ஒப்பிட்ட ஆசிரியர், '**கொலைக்களக் காதை**'யின் தொடக்கத்தில், மாதரி, அவள் மகள் ஐயை ஆகியோரின் கூற்றாக கோவலனைக் கண்ணனோடும், கண்ணகியை நப்பின்னையோடும் ஒப்பிடுகிறார்.

ஆங்கு, ஆயர் பாடியின் அசோதை பெற்றெடுத்த
பூவைப் புதுமலர் வண்ணன் கொல்லோ,
நல் அமுது உண்ணும் நம்பி! ஈங்கு,

பல் வளைத் தோளியும் பண்டு நம் குலத்து,
தொழுனை யாற்றினுள் தூ மணி வண்ணனை
விழுமம் தீர்த்த விளக்குக்கொல்! என;
ஐயையும் தவ்வையும் விம்மிதம் எய்தி,
'கண் கொளா நமக்கு, இவர் காட்சி, ஈங்கு' என- *(46 53)*

அடுத்து, தன் தவறுகள் யாவற்றையும் உணர்ந்த நிலையில் கோவலன், கண்ணகியிடம் மனம் வருந்தி, **"கற்பின் கொழுந்தே, பொற்பின் செல்வி!"**என்று அழைத்து அவளைப் பலவாறாகப் போற்றுகிறான்.

நாணமும், மடனும், நல்லோர் ஏத்தும்,
பேணிய கற்பும், பெரும் துணை ஆக;
என்னொடு போந்து, ஈங்கு என் துயர் களைந்த
பொன்னே, கொடியே, புனை பூங் கோதாய்,
நாணின் பாவாய், நீள் நில விளக்கே,
கற்பின் கொழுந்தே, பொற்பின் செல்வி!
சீறடிச் சிலம்பின் ஒன்று கொண்டு, யான் போய்,
மாறி வருவன்; மயங்கா தொழிக' என- *(86 - 93)*

இந்த வார்த்தைகளே கண்ணகியிடம் கோவலன் கடைசியாகப் பேசியவை. இது நாடகப் பாங்கிலே கோவலன் பால் அனைவருக்கும் கழிவிரக்கம் தோன்ற வகை செய்யும்.

அடுத்து வரும் **'துன்ப மாலை'**யில், **"கோவலன் கள்வன் அல்லன்"** என்று கண்ணகியிடம் சூரிய தேவன் (கதிரோன்) அறிவிக்கிறார்.

காய்கதிர்ச் செல்வனே! கள்வனோ என் கணவன்?
கள்வனோ அல்லன் . . . . என்றது ஒருகுரல்.

தொடர்ந்து, 'ஊர்சூழ் வரி'யில் வெட்டுண்டு கிடந்த கோவலன் உடலைக் கண்ணகி தழுவிக்கொண்டதும் கோவலன் உயிர்பெற்றெழுந்து, அவள் கண்ணீரைத் தன் கையால் துடைத்து, அங்கேயே இருக்கச் சொல்லிவிட்டு, தன்னுடைய உடலை விட்டு நீங்கி, தேவர் கூட்டத்துடன் விண்ணுலகு சென்றான் என்று அடிகள் கோவலனை தேவர் நிலைக்கு உயர்த்திவிடுகிறார்.

என்று இவை சொல்லி அழுவாள் கணவன்-தன்
பொன் துஞ்சு மார்பம் பொருந்தத் தழீஇக் கொள்ள,
நின்றான், எழுந்து: "நிறை மதி வாள் முகம்
கன்றியது!" என்று, அவள் கண்ணீர் கையான் மாற்ற - *(60-63)*

தொழுதகைய திருந்து அடியைத் துணை வளைக் கையான் பற்ற,
பழுது ஒழிந்து எழுந்திருந்தான் பல் அமரர் குழாத்து உளான்,
'எழுது எழில் மலர் உண் கண்! இருந்தைக்க' எனப் போனான்.
(65-67)

காப்பிய நாடக இலக்கணத்தின்படி கதைத்தலைவன் சாதாரண மக்கள் இயல்புகளிலிருந்து வேறுபட்டு, உயர்ந்த பண்பு நலன்கள், அழகிய தோற்றம், வீரம், வள்ளல் தன்மை, பரந்த மனப்பான்மை, மாந்த நேயம் முதலான குண நலன்களைப் பெற்றிருக்க வேண்டும். ஆனால், காப்பிய நிகழ்வுகள் அதை சாத்தியப்படுத்த இயலாத நிலையில், ஆசிரியர் கூற்றாக, கோவலனை 'செவ்வேள்' என்று உயர்த்திக் காட்டுகிறார்.

இதனை உறுதிப்படுத்தும் வகையில், 'கட்டுரை காதை'யில், கண்ணகி மதுரை யைத் தீக்கிரையாக்கிய பின்,

ஈர்-ஏழ் நாள் அகத்து எல்லை நீங்கி,
வானோர்-தங்கள் வடிவின் அல்லதை,
ஈனோர் வடிவில் காண்டல் இல்' என,
மதுரை மா தெய்வம் மா பத்தினிக்கு
விதி முறை சொல்லி, அழல்வீடு கொண்டபின்- *(174 178)*

என்று அவள் முன் மதுராபதி தெய்வம் தோன்றி உரைக்கிறது. "இன்றைக்குப் பதினான்காவது நாள் பகற்பொழுது கழிந்த பின்னர், உன் கணவன் கோவலனை தேவர் உருவிலே காண்பாயே அல்லாமல், அவனை மனித வடிவிலே நீ இனி காண இயலாது" என்று கூறுகிறது. மதுராபதி தெய்வத்தின் கூற்றாக வைத்து இறுதியில் கண்ணகிக்கு இணையாக கோவலன் பாத்திரத்தையும் மனித நிலையிலிருந்து தெய்வ நிலைக்கு உயர்த்தியதன் மூலம் அடிகள் நாடகக் காப்பியப் படைப்பின் உச்சத்தைத் தொட்டுவிடுகிறார்.

மாதவி :

மற்றொரு முக்கிய பாத்திரமான மாதவி **'அரங்கேற்று காதை'** யில்,

சிறப்பில் குன்றாச் செய்கையொடு பொருந்திய
பிறப்பில் குன்றாப் பெரும் தோள் மடந்தை
தாது அவிழ் புரி குழல் மாதவி - தன்னை,
ஆடலும் பாடலும் அழகும் என்று இக்
கூறிய மூன்றின் ஒன்று குறை படாமல்,
ஏழ் ஆண்டு இயற்றி, ஓர் ஈர் - ஆறு ஆண்டில்
சூழ் கழல் மன்னற்குக் காட்டல் வேண்டி *(5-11)*

என்றவாறு காப்பியத்தில் மிகவும் ஆரவாரத்துடன் மாதவியின் நுழைவு அமைகிறது. மேலும் தேவலோக நடன மங்கையான உருப்பசி(ஊர்வசி)யின் மரபில் தோன்றியவளாக மாதவி அறிமுகம் ஆகிறாள். தன் ஐந்தாவது வயதில் தொடங்கி, ஏழாண்டுகள் முறையாக நாட்டியம், கலைகள் யாவும் பயின்று, பன்னிரண்டாவது வயதில், வீரக்கழல் அணிந்த சோழ மன்னன் முன் அரங்கேற்றிக் காட்ட விரும்பினாள்.

நாட்டிய நந்நூல் நன்கு கடைப்பிடித்துக்
காட்டினள் ஆதலின்,
இலைப் பூங் கோதை, இயல்பினின் வழாமை,
தலைக்கோல் எய்தி, தலை அரங்கு ஏறி,
விதி முறைக் கொள்கையின் ஆயிரத்து எண் கழஞ்சு
ஒரு முறையாகப் பெற்றனள் *(158-163)*

இறுதியில் மாதவிக்கு, 'தலைக்கோலி' என்ற பட்டத்தையும்,ஒரு மாலையையும், ஆயிரத்து எட்டுக் கழஞ்சு பொன்னையும் சோழ மன்னன் பரிசாக அளிக்கிறான்.

மா மலர் நெடுங் கண் மாதவி மாலை
கோவலன் வாங்கி, கூனி - தன்னொடு
மணமனை புக்கு, மாதவி - தன்னோடு
அணைவுறு வைகலின் அயர்ந்தனன் மயங்கி
விடுதல் - அறியா விருப்பினன் ஆயினன் -

வடு நீங்கு சிறப்பின் தன் மனை, அகம் மறந்து - என்.

(170 -175)

இக் காதையின் நிறைவாக மாதவியின் மாலையை விற்க வந்த கூனியிட மிருந்து வாங்கிய கோவலன் மாதவியிடம் மயங்கி, கண்ணகியை மறக்கிறான் என்று அடிகள் அழகுற விளக்குகிறார்.

வெண்பா

எண்ணும், எழுத்தும், இயல் ஐந்தும், பண் நான்கும்,
பண் நின்ற கூத்துப் பதினொன்றும், மண்ணின்மேல்
போக்கினாள் - பூம் புகார்ப் பொன் தொடி மாதவி, தன்
வாக்கினால் ஆடு அரங்கின் வந்து.

காதையின் முடிவில், இவ் வெண்பா மாதவியின் ஆளுமையை முழுமையாக விளக்குகிறது.

அடுத்து, கடலாடு காதையில் மீண்டும் மாதவியின் நாட்டியம் இந்திர விழாவில் நிகழ்கிறது. ஆகவே இங்கு மாதவியின் ஆடல்கலைச் சிறப்புகள் பேசப்படுகின்றன. இந்திரன் அவையின் ஆடல் மங்கையாம் உறுபசியின் சாப வரலாற்றின் மூலம் மீண்டும் அவளுடைய வழித்தோன்றலே மாதவி என்னும் கருத்து வலியுறுத்தப்படுகிறது.

பதினோர் ஆடலும், பாட்டின் பகுதியும்,
விதி மாண் கொள்கையின் விளங்கக் காணாய்;
தாது அவிழ் பூம் பொழில் இருந்து யான் கூறிய
மாதவி மரபின் மாதவி இவள்' எனக்
காதலிக்கு உரைத்து, கண்டு, மகிழ்வு எய்திய
மேதகு சிறப்பின் விஞ்சையன் அன்றியும்
அந்தரத்துள்ளோர், அறியா மரபின்,
வந்து காண்குறூஉம் வானவன் விழவும், *(67 - 73)*

மாதவி பதினோரு வகை ஆடல்களையும் (கூத்துகள்) இலக்கண முறை வழுவாமல் ஆடிய பாங்கினை விஞ்சயன் தன் மனைவிக்கு விளக்குவதாக இக்காட்சி அமைகிறது.

ஆடலும், கோலமும், அணியும், கடைக்கொள-
ஊடல் கோலமோடு இருந்தோன் உவப்ப; *(74 - 75)*

இவ்விடத்து, "கோவலன் ஊடுதற்குக் காரணம் மாதவி ஆடலின் கால நீட்டித்தலாலும், பலரும் இவளைப் பற்றிப் பார்த்தலின் பொறாமையாலும் வந்த வெறுப்பு" என்றும்,' "உவப்ப'- அவன் ஊடல் தீர்ந்து உவகை எய்தும்படி" என்றும் அரும்பதவுரை ஆசிரியர் பொருள் கூறுகிறார்.

இதனைத் தொடர்ந்து, கோவலன் ஊடல் தீர்ந்து உவகை எய்தும்படியாக மாதவி தன்னை அலங்கரித்துக்கொண்டதை, **"பத்துத் துவரினும், ஐந்து விரையினும்"** *(76)* எனத் தொடங்கி, **"மைஈர் ஓதிக்கு மாண்புற அணிந்து,"***(108)* என்பது வரை அழகுற விவரிக்கிறார் அடிகள்.

கூடலும் ஊடலும் கோவலற்கு அளித்து,
பாடு அமை சேக்கைப் பள்ளியுள் இருந்தோள் *(109 - 110)*

பின்னர் கோவலனின் ஊடல் தீர்த்த மாதவி அவனுடன் கூடி மகிழ்ந்தாள் என்பது இதன் பொருள். இதுவே அவர்கள் இருவரும் இறுதியாகக் கூடி மகிழ்ந்த தருணம் என்பது குறிப்பால் உணர்த்தப்படுகிறது. கோவலன் மாதவியின் செயல்களால் வருந்தியதாக வரும் குறிப்பு அவர்களிடையே பிணக்கு ஏற்பட இருப்பதைச் சுட்டிக்காட்டும் ஓர் உத்தி முறையே யாகும்.

காதையின் இறுதியில்,

புன்னை நீழல், புது மணல் பரப்பில்,
ஓவிய எழினி சூழ உடன் போக்கி,
விதானித்துப் படுத்த வெண் கால் அமளிமிசை,
வருந்துபு நின்ற வசந்தமாலை கை,
திருந்து கோல் நல் யாழ் செவ்வனம் வாங்கி,
கோவலன்-தன்னொடும் கொள்கையின் இருந்தனள்,
மா மலர் நெடுங் கண் மாதவி-தான்- என்.

(168 - 174)

என்று கூறுவதுடன் நிறைவடைகிறது. இங்கு, 'வருந்துபு நின்ற வசந்தமாலை' என்றதும், 'திருந்து கோல் நல் யாழ்' என்றதும்

வரும் பொருள் உரைப்பதற்கான உத்தியாகவே ஆசிரியரால் கையாளப்பட்டிருக்கிறது. இதற்கான விளக்கம் அடுத்து வரும் 'கானல் வரி' யில் கிடைக்கிறது.

ஏழாவது அதிகாரமான **'கானல்வரி'** காப்பியக் கதையில் மிக முக்கியமான திருப்பத்தை விவரிக்கும் பகுதியாகும். இங்கு மீண்டும் இரண்டு கட்டுரைகளிலும் மாதவியின் யாழ் இசைக்கும் திறம் வெளிப்படுத்தப்படுகிறது.

கானல் வரிப் பாடல் கேட்ட மான் நெடுங் கண் மாதவியும்,

'மன்னும் ஓர் குறிப்பு உண்டு; இவன் தன் நிலை மயங்கினான்' என,

கலவியால் மகிழ்ந்தாள்போல்,

புலவியால் யாழ் வாங்கி,

தானும் ஓர் குறிப்பினள் போல், கானல் வரிப் பாடல்-பாணி,

நிலத் தெய்வம் வியப்பு எய்த, நீள் நிலத்தோர் மனம் மகிழ,

கலத்தொடு புணர்ந்து அமைந்த கண்டத்தால் பாடத் தொடங்குமன்.

(24)

கோவலன் கையிலிருந்து யாழினைப் பெற்ற மாதவி, *27 (25 51)* வரிப்பாடல்களை யாழினை இசைத்துக் கொண்டே பாடுகிறாள். இந்த யாழிசையும், பாட்டுமே இவர்கள் பிரிவதற்கான காரணமாக அமைகின்றன. இறுதியாக இடம்பெறும் 'கட்டுரை',

கையற்ற நெஞ்சினளாய், வையத்தின் உள் புக்கு,

காதலனுடன் அன்றியே, மாதவி தன் மனை புக்காள்-

(52: 9,10)

என்று கூறி இப் பகுதியை நிறைவு செய்கிறது. இதற்குப் பிறகு மாதவி கோவலன் சந்திப்பு காப்பியத்தில் நிகழவே இல்லை. இருவரும் நிரந்தரமாகப் பிரிந்துவிடுகின்றனர்.

அடுத்து வரும் 'வேனில்காதை'யில் மீண்டும் மாதவியின் பாட்டுத் திறத்தையும் யாழ் இசைக்கும் ஆற்றலையும்,

அதிரா மரபின் யாழ் கை வாங்கி,

மதுர கீதம் பாடினள், மயங்கி . . . . என்று தொடங்கி,

. . . .

திறத்து வழிப்படூஉம் தெள் இசைக் கரணத்து,

புறத்து ஒரு பாணியில் பூங்கொடி மயங்கி *(24 - 44)*

என்று நிறைவு செய்து விவரிக்கிறார் அடிகள்.

தொடர்ந்து கோவலனுக்கு அழகிய மடல் ஒன்றினை எழுதி, தன் தோழி வசந்த மாலையிடம் கொடுத்து,

திருமுகம் போக்கும் செவ்வியள் ஆகி-
அலத்தகக் கொழுஞ் சேறு அளைஇ, அயலது
பித்திகைக் கொழு முகை ஆணி கைக்கொண்டு,
'மன் உயிர் எல்லாம் மகிழ் துணை புணர்க்கும்
இன் இளவேனில் இளவரசாளன்; *(53 57)*
விளையா மழலையின் விரித்து உரை எழுதி;
பசந்த மேனியள் படர் உறு மாலையின்,
வசந்தமாலையை, 'வருக' எனக் கூஉய்,
'தூ மலர் மாலையின் துணி பொருள் எல்லாம்
கோவலற்கு அளித்து, கொணர்க ஈங்கு' என- *(67 - 71)*

மாதவி அதனைக் கோவலனிடம் அளிக்குமாறும், அவனைத் தன் இல்லத்திற்கு மீண்டும் அழைத்துவரும்படியும் பணிக்கிறாள். அதற்குக் கோவலன் மறுத்ததை வசந்தமாலை மூலம் அறிகிறாள்.

'மாலை வாரார் ஆயினும், மாண்-இழை!
காலை காண்குவாம்' என, கையறு நெஞ்சமொடு
பூ மலர்-அமளிமிசைப் பொருந்தாது வதிந்தனள்-
மா மலர் நெடுங் கண் மாதவி-தான்- என். *(115-118)*

என்று காலை கோவலன் திரும்பி வருவான் என்றுகூறும் மாதவி, செயலற்ற மனத்தோடு, துயிலாத கண்களோடு மலர்ப் படுக்கையில் வாடிக் கிடந்தாள் என்ற துன்பச் சூழலில் இக் காதை நிறைவு பெறுகிறது.

இதற்குப் பின் மாதவி காப்பியத்தில் நேரடியாக எங்கும் தோன்றவில்லை. ஆயினும் அவள் பாத்திரம் பற்றிப் பிற கதை

மாந்தர்கள் ஆங்காங்கு பேசுகிறார்கள். அவள் துறவு வாழ்க்கை மேற்கொண்டதோடு நில்லாது, கோவலனுக்கும் தனக்கும் பிறந்த மகள் மணிமேகலையையும் இளங் கன்னிப் பருவத்திலேயே துறவறம் மேற்கொள்ள வைத்த செயல்கள் யாவும் சேரன் செங்குட்டுவனிடம் மாடல மறையோன் விளக்குவதாக அமைகின்றன. இப் பகுதி **'வஞ்சிக் காண்டம்' - 'நீர்ப்படைக் காதை'** யில் இடம்பெறுகிறது.

மற்று அது கேட்டு, மாதவி மடந்தை
நற்றாய்- தனக்கு. "நல் திறம் படர்கேன்;
மணிமேகலையை வான் துயர் உறுக்கும்
கணிகையர் கோலம் காணாதொழிக" என,
கோதைத் தாமம் குழலொடு களைந்து,
போதித் தானம் புரிந்து, அறம் கொள்ளவும்; *(103 - 108)*

கோவலன் கொலையுண்ட செய்தியையும், கண்ணகியின் முடிவையும் அறிந்த பாண்டிய நாட்டிலும், சோழ நாட்டிலும் நிகழ்ந்த சம்பவங்கள் பலவும் மாடலன் கூற்றாக **'நீர்ப்படைக் காதை'** யில் விவரிக்கப்படுகின்றன. *(57 140)*

இளங்கோவடிகள்

சேரன் எழுப்பிய பத்தினிக் கோட்டத்துள் தரிசிக்கவந்த இளங்கோ அடிகளுக்கு பத்தினித் தெய்வம் கண்ணகி, தேவந்தி மேல் விளங்கித் தோன்றி, அடிகளின் பிள்ளைப் பிராய நிகழ்ச்சியை விவரித்து, அவர் துறவு மேற்கொண்டதையும் நினைவுறுத்தி அவர் தம் சிறப்புகளையும் கூறி வாழ்த்துகிறது.

யானும் சென்றேன்; என் எதிர் எழுந்து,
தேவந்திகைமேல் திகழ்ந்து தோன்றி,
வஞ்சி மூதூர் மணி மண்டபத்திடை
நுந்தை தாள் நிழல் இருந்தோய்! நின்னை
"அரைசு வீற்றிருக்கும் திருப் பொறி உண்டு" என்று,
உரைசெய்தவன் மேல் உருத்து நோக்கி,
கொங்கு அவிழ் நறுந் தார்க் கொடித் தேர்த் தானைச்
செங்குட்டுவன்-தன் செல்லல் நீங்க,

பகல் செல் வாயில் படியோர்-தம்முன்,
அகலிடப் பாரம் அகல நீக்கி,
சிந்தை செல்லாச் சேண் நெடுந் தூரத்து,
அந்தம் இல் இன்பத்து, அரசு ஆள் வேந்து' என்று
என் திறம் உரைத்த இமையோர் இளங்கொடி *(171 - 183)*

என்று இதனை அடிகள், தம் கூற்றாகவே பதிவிடுகிறார். இதன் வாயிலாக காப்பிய ஆசிரியரும் கதைமந்தர்களுள் ஒருவராகிறார். வஞ்சிக் காண்டத்தின் தொடக்கத்திலிருந்தே ஆசிரியர் பல நிகழ்வுகளுக்கு சாட்சியாக விளங்குகிறார்.

இராமாயணக் கதையை முதன்முதலில் சமஸ்கிருதத்தில் காப்பியமாகப் படைத்த வால்மீகி முனிவர் தம்மையும் காப்பியத்தின் கதை மாந்தர்களுள் ஒருவராகக் காட்டியிருப்பதை இங்கு நினைவுகூரலாம். சிலப்பதிகாரம் தமிழின் முழுமையான முதல் காப்பியம் என்பதையும் மீண்டும் நாம் நினைவில் கொள்ள வேண்டும்.

கதை சொல்லிகள்

பாத்திரப் படைப்பில் வேறுபட்ட உத்திகளைக் கையாண்டுள்ள இளங்கோ அடிகள் முக்கியமான பாத்திரங்களுக்குத் துணையாக நிற்கும் சிறு குறு பாத்திரங்களுக்கு முக்கியத்துவம் கிடைக்கும் வகையில் தேவைக்கேற்ப சிலவிடங்களில் சிலரைக் கதை சொல்லும் பாத்திரங்களாக *(Narrators)* உருவாக்கிவிடுகிறார். காப்பியத்தில் இவர்களைக் கதைசொல்லிகள் என்று அடையாளப்படுத்துவது பல்வகையிலும் பொருந்தும். இவ்வாறு கதையின் நிகழ்வுகளை ஒரு பாத்திரத்தின் வாயிலாகப் பார்வையாளர்களுக்குச் சொல்லுதல் மூலம் நாடகக் காட்சிகள் தொய்வின்றி நகர்த்தப்படும் உத்தியை இன்றளவும் நாடகங்களில் மட்டுமின்றித் திரைப்படங்களிலும் கூடக் காணமுடிகிறது. குறிப்பாக, தமிழகத்தில் தெருக்கூத்துகளிலும் சங்கரதாஸ் சுவாமிகளின் நாடகங்களிலும் பஃபூன் எனப்படும் கோமாளி(விதூஷகன்)யாக வருபவரே **'கதைசொல்லி'**யாக விளங்குவதைக் காணலாம். கதை சொல்லும் உத்தியோடு இணைந்த மற்றொரு உத்தியும் உண்டு. ஒரு காட்சிக்கு இடையே முன்னர் எப்போதோ நிகழ்ந்த பழைய சம்பவங்களைக் கதையாக விளக்குவதை இன்று *Flash Back Technique* என்று ஆங்கிலத்தில்

கூறப்படும் உத்தியைத் தம் காப்பியத்தில் கதைசொல்லிகள் மூலம் பல இடங்களில் திறம்படக் கையாண்டிருப்பது கண்கூடு.

இவ்விடத்து தேவந்தி, வசந்தமாலை, விஞ்சையன், கோசிக மாணி, மாடல மறையோன், மாங்காட்டு மறையோன்(காடுகாண் காதை), மதுராபதி தெய்வம், காவற் பெண்டு, மலைக் குறவர்கள் ஆகிய பாத்திரங்கள் காப்பியக் கதையை நகர்த்துவதற்குத் துணைபுரிவதால் இவர்கள் சிறந்த கதைசொல்லிகளாக அடையாளம் காணத் தக்கவர்கள். இவர்களோடு கவுந்தி அடிகளையும் ஒருவகையில் கதைசொல்லியாகச் சில காட்சிகளில் அடையாளம் காணமுடியும்.

சொல்லாட்சி (Diction) :

இளங்கோ அடிகளின் சொல்லாட்சி பல இடங்களில் நுணுக்க மான நாடக உத்திகளாக வெளிப்படுகின்றன. அவற்றுக்கான சில உதாரணங்களை மட்டும் இங்கு காண்போம்.

மங்கல வாழ்த்துப் பாடலில், மணமக்களான கோவலனையும் கண்ணகியையும் மங்கையர் பலர் கூடி நின்று,

> **காதலற் பிரியாமல், கவவுக்கை ஞெகிழாமல்** *(61)*

என்று கூறி வாழ்த்துகின்றனர். மண நாள் அன்று மணமக்களை எவரும் இவ்வாறு எதிர் மறைச் சொற்களைக் கொண்டு வாழ்த்துதல் மரபு அன்று. இது மிகப் பெரிய முரண் ஆகும். இங்கு வருமுன் உரைக்கும் உத்தியாக முரண் பயன்படுகிறது. இங்கு சொல்லப் பட்டிருக்கும் எதிர்மறைகள், மூன்றாவதான அரங்கேற்று காதையின் முடிவில் உண்மையாகிவிடுவதை,

> . . . . **மாதவி - தன்னோடு**
> **அணைவுறு வைகலின் அயர்ந்தனன்** *(172, 173)* என்றும்,
> **வடு நீங்கு சிறப்பின் தன் மனை, அகம் மறந்து - என்.** *(175)*

என்றும் கோவலன் கண்ணகியைப் பிரிந்து மாதவியோடு இணைந்த செயலை ஆசிரியர் நயம்பட உரைக்கிறார். இதே சொல்லாட்சியைக் கோவலன் மாதவியைப் பிரிந்து செல்லும்போது,

உவவு உற்ற திங்கள் முகத்தாளைக் கவவுக் கை

ஞெகிழ்ந்தனனாய்,

என்று கானல் வரியில் முரணாக அன்றி, உண்மை விளக்கமாகக் கையாள்கிறார். (52 : 5)

(கவவுக் கை = காதலரின் ஒன்றாக இணைந்த கைகள்)

இரண்டாவதான **'மனையறம் புகுந்த காதை'** கோவலன், கண்ணகி இருவரின் மண வாழ்க்கையின் முதல் இரவிலிருந்து தொடங்குகிறது. தமது தேர்ந்த சொல்லாட்சியின் துணைகொண்டு பல்வேறு உத்திகளைப் பயன்படுத்துகிறார் அடிகள். பொதுவாக, சிலம்பின் இக் காதை அறிஞர்களால் பெரிதாகப் பேசப்படவில்லை என்பதே உண்மை. ஆகவே, ஈண்டு அதிக கவனத்தைப் பெறுகிறது. ஒரு சிறந்த நாடக ஆசிரியனாக அடிகள் இக் காதையை உருவாக்கியிருக்கிறார் என்பது சிறப்பு.

இவ்விடத்து, அந்திப் பொழுதில்,

கய மலர்க் கண்ணியும் காதல் கொழுநனும்

மயன் விதித்தன்ன மணிக் கால் அமளிமிசை,

நெடு நிலை மாடத்து இடை நிலத்து, இருந்துழி - (11 - 13)

கோவலனும் கண்ணகியும் பள்ளியறைக் கட்டிலில் அமர்ந்திருக்கிறார்கள்.

மாலை நேரத் தென்றல் வீசுகிறது. (14 - 27) சோலையில் உள்ள நீர்ப் பூக்களில் தென்றல் படிந்து, அவற்றின் மணத்தினை அள்ளிக்கொண்டது. நிலப் பூக்களான மடல் விரிந்த தாழை மலர், சண்பகச் சோலையில் மாலை போலப் பூத்திருக்கும் மாதவி மலர் ஆகியவற்றின் தாதினைத் தேடி உண்டது.

மேதகு தாழை விரியல் வெண் தோட்டு,

கோதை மாதவி, சண்பகப் பொதும்பர்,

தாது தேர்ந்து உண்டு; . . . . (17 - 20)

இவ் வருணனை மேலும் தொடர்கிறது. இங்கு மலர்களின் பெயர்களைப் பட்டியலிடும் போது 'மாதவி' என்ற சொல்லாட்சி நம் கவனத்தை ஈர்க்கிறது. கொடியில் பூக்கும் இம் மலர் பொது வழக்கில் **'குருக்கத்தி'** என்றே வழங்கப்படுகிறது. இதற்கு, 'குருகு',

'கத்திகை' என்ற பெயர்களும் உண்டு. சங்க இலக்கியங்களில் ஒன்றான **குறிஞ்சிப் பாட்டில்** கபிலர் 99 பூக்களின் பெயரைப் பட்டியலிடுகிறார். அவர் 'குருக்கத்தி' என்பதை 'பைங் குருக்கத்தி' என்று பயன்படுத்துகிறார். இளங்கோ அடிகள் 'கோதை மாதவி' என்று குறிப்பிடுவதுடன், **'தாது தேர்ந்து'** தேடிச் சென்று அதன் தாதினை உண்டது என்கிறார். இதனை உற்றுநோக்கின் கோவலன் எனும் வண்டு விரைவில் மாதவி எனும் மலரினைத் தேடிச் செல்லப் போகிறது என்பதை வருபொருள் உரைக்கும் உத்தியாகக் கையாள்கிறார் என்று புரிந்துகொள்ளலாம். இதற்கு அடுத்து வரும் 'அரங்கேற்று காதை' மாதவி அறிமுகத்துடன் தொடங்கி, இக் கருத்தினை உறுதிசெய்கிறது.

கோவலனும் கண்ணகியும் களிப்பில் திளைத்திருந்த பாங்கினைக் கூறுகின்றன இவ் வரிகள்:

> **வண்டு வாய் திறப்ப, நெடு நிலா விரிந்த**
> **வெண் தோட்டு மல்லிகை விரியல் மாலையொடு**
> **கழுநீர்ப் பிணையல் முழுநெறி பிறழ,**
> **தாரும் மாலையும் மயங்கி, கையற்று,**
> **தீராக் காதலின் திரு முகம் நோக்கி,**
> **கோவலன் கூறுமோர் குறியாக் கட்டுரை:** (32 - 37)

"தாரும் மாலையும் மயங்கி, கையற்று," என்பதற்கு, "இருவரது புணர்ச்சி கூறினார், புணர்ச்சியால் செயலற்று, அவசமாகி(மயங்கி)" என்று பொருள் கூறுகிறார் அரும்பதவுரை ஆசிரியர். இதனை **'இடக்கர் அடக்கல்'** என்பார் உரையாசிரியர் கோவிந்தசாமி நாட்டார்.

"இருவரின் மார்பிலிட்ட இருவகை மாலையும் மயங்கப்பட்டு இருவரும் செயலற்ற புணர்ச்சி இறுதிக் கண்ணே கோவலன் திருமகளைப் போல்வாளுடைய (கண்ணகி) முகத்தை நோக்கி நலம்பாராட்டல் எனும் பொருள் பொதிந்த உரையைக் கூறும் என்க," என்று அடியார்க்கு நல்லார் விளக்குகிறார்.

> **குழவித் திங்கள் இமையவர் ஏத்த**
> **அழகொடு முடித்த அருமைத்து ஆயினும்,**

உரிதின் நின்னோடு உடன் பிறப்பு உண்மையின்,
பெரியோன் தருக - திரு நுதல் ஆக என: *(38 - 41)*

இதன் பொருள் : பிறைமதியானது இமையவர் ஏத்தாநிற்க இறைவன் தன் முடிக்கு அழகு செய்தல் காரணத்தாற் சூடிய அருமை யுடையதாயினும், அது நின்னோடு உடன் பிறப்பாக லின் நினக்கு உரித் தாதலால் அப்பெரியோன் அதனை நினக்குத் திருநுதலாகத் தரக் கடவன். பெரியோன்= இறைவன்; "சிவபெருமான் தன் முடியை அணி செய்து கொண்டிருக்கும் பிறைமதியை உனக்கு அழகிய நெற்றியாகத் தந்துவிட்டானோ?" என்று கண்ணகியிடம் கோவலன் கேட்கிறான். "இஃது எதிரது போற்றல் என்னும் தந்திர உத்தி வகை" என்பார் அடியார்க்கு நல்லார்.

அளிய - தாமே, சிறு பசுங் கிளியே -
குழலும், யாழும், அமிழ்தும் குழைத்த நின்
மழலைக் கிளவிக்கு வருந்தின ஆகியும்,
மட நடை மாது! நின் மலர்க் கையின் நீங்காது
உடன் உறைவு மரீஇ ஒருவா ஆயின:
நறு மலர்க் கோதை! நின் நலம் பாராட்டுநர்
மறு இல் மங்கல அணியே அன்றியும்,
பிறிது அணி அணியப் பெற்றதை எவன்கொல்?
பல் இருங் கூந்தல் சில் மலர் அன்றியும்,
எல் அவிழ் மாலையொடு என் உற்றனர்கொல்?
நான நல் அகில் நறும் புகை அன்றியும்,
மான் மதச் சாந்தொடு வந்ததை எவன்கொல்?
திரு முலைத் தடத்திடைத் தொய்யில் அன்றியும்,
ஒரு காழ் முத்தமொடு உற்றதை எவன்கொல்?
திங்கள் முத்து அரும்பவும், சிறுகு இடை வருந்தவும்
இங்கு இவை அணிந்தனர்; என் உற்றனர்கொல்? *(57 - 72)*

மேற்காணும் 'அளிய - தாமே, சிறு பசுங்கிளியே' எனத் தொடங்கி, 'என் உற்றனர் கொல்?' என்பது வரையிலான பகுதி, கண்ணகியின் ஒவ்வோர் அங்கத்தையும் கோவலன் வர்ணித்துப் புகழ்ந்து கூறிய

உரை. இதனை, "நலம்பாராட்டல் எனும் பொருள் பொதிந்த உரை" என்கிறார் அடியார்க்கு நல்லார்.

இவ்விடத்து, கீழ்க்காணும் 'இறைச்சி' பற்றிய தொல்காப்பிய சூத்திரத்தை நினைவுகூர்தல் பொருத்தமாக அமையும்.

> **செய் பொருள் அச்சமும் வினைவயின் பிரிவும்**
> **மெய்பெற உணர்த்தும்-கிழவி பாராட்டே.** *(பொருளியல்.38)*

இதன் பொருள் : தலைவன் தலைவியை நலம் பாராட்டுதலால், அவன் பிரிவான் என்ற அச்சம் தலைவிக்கும் தோன்றும். செய்பொருள் அச்சமும் தோன்றும்.

இக் கருத்தினை வலியுறுத்துவதாகவே அடியார்க்கு நல்லார் உரை அமைந்திருப்பதைக் காணலாம். குறிப்பாக, இக் காதை முழுவதிலும் கண்ணகி ஒரு வார்த்தை கூட பேசவில்லை; கோவலன் மட்டுமே பேசுகிறான் என்பதை நாம் கவனத்தில் கொள்ள வேண்டும். இதுவும் ஒருவகை நாடக உத்தியேயன்றி வேறில்லை.

அடுத்து, கோவலனின் தாய் தன் மருமகள் கண்ணகி நீங்க முடியா சுற்றத்தாரைத் தழுவியும், அறவோரை வணங்கிப் பேணியும், விருந்தினரை ஓம்பியும், பெருமைக்குரிய இல்வாழ்க்கையைத் தனியே சிறப்பாக நடத்துவதைக் காண விரும்பி, அவர்களைத் தனிக் குடும்பமாக அமர்த்தினாள் என்று விளக்குகிறது. (இன்றைய வழக்கில் இது 'தனிக் குடித்தனம்' வைப்பது ஆகும்.)

> **வார் ஒலி கூந்தலைப் பேர் இயல் கிழத்தி**
> **மறப்பு - அரும் கேண்மையோடு அறப் பரிசாரமும்,**
> **விருந்து புறந்தரூஉம் பெரும் தண் வாழ்க்கையும்,**
> **வேறுபடு திருவின் வீறு பெறக் காண,**
> **உரிமைச் சுற்றமோடு ஒரு தனிப் புணர்க்க, *(84 - 88)***

இதனை உட்குறிப்போடு, மிகுந்த நாடக நுட்பத்துடன் அடிகள் குறிப்பிடுகிறார் என்பது உரை ஆசிரியர் அடியார்க்கு நல்லார் கருத்து. 'கொலைக்களக் காதை'யில் கோவலனிடம் பின்வருமாறு கண்ணகி பேசுவதை இதனுடைய தொடர்ச்சி என்கிறார் உரையாசிரியர்.

இது ஒரு சிறந்த திறனாய்வு அணுகுமுறையாகும்.

அறவோர்க்கு அளித்தலும், அந்தணர் ஓம்பலும்,
துறவோர்க்கு எதிர்தலும், தொல்லோர் சிறப்பின்
விருந்து எதிர்கோடலும், இழந்த என்னை, *(16: 71 73)*

"என்னை நீங்கள் பிரிந்து சென்றதால் என்னுடைய இல்லறக் கடமைகளை நம் முன்னோர்கள் சிறப்பாக நிறைவேற்றியதைப் போல என்னால் செய்ய இயலாது, அக் கடமைகளை இழந்து நின்றேன்." என்று கோவலனிடம் மிகவும் வருந்திக் கூறுகிறாள் கண்ணகி. அதாவது, அவர்களுக்குத் தனிக்குடும்பம் அமைத்துக் கொடுத்த கோவலனுடைய தாயின் விருப்பம் அவன் நடத்தையால் நிறைவேறாமல் போனது என்பது கருத்து. **"அவர் உள் அகம் வருந்த, போற்றா ஒழுக்கம் புரிந்தீர்;"** *(79,80)* என்று அதனைக் கண்ணகியின் கூற்றாகவே வைக்கிறார் ஆசிரியர். தொடர்ந்து,

யாண்டு சில கழிந்தன, இல் பெருங்கிழமையின் -
காண் தகு சிறப்பின் கண்ணகி தனக்கு . . . . *(89, 90)*

என்பதுடன் இக்காதை நிறைவு பெறுகிறது.

இவ்விரு அடிகளுக்கும் பொருள் விளக்கம் தேவையில்லை எனத் தோன்றும். இவ்வாறாக கோவலன், கண்ணகி இருவரின் மணவாழ்க்கை சில ஆண்டுகள் கழிந்தன என இதன் மூலம் எளிதில் புரிந்துகொள்கிறோம். ஆயினும் ஒரு நாடகக் காப்பியத்தில் எந்த ஒரு சொல்லாட்சியும் உள்ளுறைப் பொருளாக வேறொன்றைக் கொண்டிருக்கும் வாய்ப்பு உண்டு. அதுவே ஒரு தலைசிறந்த நாடக ஆசிரியரின் படைப்பாக்க உத்திக்குக்கு சான்று பகர்வதாக அமையும்.

இங்கு, "கண்ணகிக்குச் சில யாண்டு கழிந்தனவெனவே மாதவிக்குப் பல் யாண்டு கழிதலும் கொள்ளப்பட்டது" என உரை தருகிறார் அடியார்க்கு நல்லார். இதற்கு ஆதாரமாக, **"கனாத்திறம் உரைத்த காதை**யில், தேவந்தி, "கண்ணகி நல்லாளுக்கு உற்ற குறை உண்டென்று"*(41)* என்று கூறுவதையும், **'வரந்தரு காதை'**யில் **"நாலீராண்டு நடந்ததற் பின்னர்"** *(85)* என்பதனை இருவர்க்குமாக்கி மாதவிக்கு எட்டினிறந்த பல யாண்டு சேறலிற் கண்ணகிக்குச் சிலயாண்டு கழிந்தவெனப் பொருள் கூறலும் ஒன்று" என மேற்கோள் காட்டி விளக்குகிறார்.

வெண்பா

தூமப் பணிகள் ஒன்றித் தோய்ந்தால் என, ஒருவார்
காமர் மனைவி எனக் கைகலந்து, நாமம்
தொலையாத இன்பம் எலாம் துன்னினார் - மண்மேல்
நிலையாமை கண்டவர் போல், நின்று.

"புவியின்கண் பொருள் முதலியவற்றின் நிலையாமையைக் கண்டு அவை உள்ளபொழுதே அனைத்தின்பமும் துய்த்தற்கு விரைதல் போல் நின்று, மன்மதனும் இரதியும் போலக் காதலால் ஒருவர் ஒருவரிற் கலந்து, சினத்தையுடைய பாம்புகள் ஒன்றுபட்டுத் தழுவினாற்போல விட்டு நீங்காராய், அழகு கெடாத இன்பத்தையெல்லாம் கோவலனும் கண்ணகியும் துய்த்தனர் என்க" என்பது இவ்வெண்பாவுக்கான நாட்டார் உரை.

இங்கு, **'தொலையாத இன்பம் எலாம் துன்னினார்'** என்ற செயலுக்கு **'மண்மேல் நிலையாமை கண்டவர் போல், நின்று'** என்று உவமை கூறியிருத்தல் மிகவும் நுணுக்கமான சொல்லாட்சியாகும்.

இவ்வாறு இக்காதை முழுவதும் அடிகளால் கையாளப்பட்டுள்ள அணிகளும் (உருவகம், உவமை முதலானவை) இயற்கை வருணனைகளும் பல உள்ளுறைகளை உடையனவாகவும் வருபொருள் உரைத்தலைக் குறிப்பால் உணர்த்துவனவாகவும் அமைந்திருக்கின்றன. இவற்றின் பொருள் பொதிந்த தொடர்ச்சிகளை இறுதி அதிகாரமான 'வரந்தரு காதை' வரை காண முடிகிறது.

தொல்காப்பியத்திலிருந்து இரண்டு முக்கியமான இலக்கணக் குறிப்புகளை ஈண்டு நினைவுகூர வேண்டியுள்ளது. அகத்திணை இயலில், **உள்ளுறை உவமம்** பற்றியதும், பொருளியலில் **'இறைச்சி'** பற்றியதும் நம் கவனத்திற்கு உரியவை.

'உள்ளுறுத்து இதனொடு ஒத்துப் பொருள் முடிக' என
உள்ளுறுத்து இறுவதை உள்ளுறை உவமம். *(51)*

"(உள்ளுறுத்தப்பட்ட கருப்பொருளை) உள்ளுறுத்துக் கருதிய பொருள் இதனோடு ஒத்து முடிக என உள்ளுறுத்துக் கூறுவதே உள்ளுறை உவமம்" என்று இதற்கு உரை கூறுகிறார் இளம்பூரணர்.

இறைச்சியின் பிறக்கும் பொருளுமார் உளவே,
திறத்து இயல் மருங்கின் தெரியுமோர்க்கே.

(பொருளியல்.36)

இதன் பொருள் : கருப்பொருளின் புறத்துப் பிறக்கும் இறைச்சியில் தனிப்பட்ட குறிப்புப் பொருள் தோன்றும். அதை அறிந்துகொள்ளக்கூடிய திறன் படைத்தவர்க்கே அது புலனாகும்.

தொல்காப்பியர் சுட்டும் உள்ளுறை, உவமம், இறைச்சி முதலான இலக்கணக் கூறுகளுக்கு மிகவும் பொருத்தமான விளக்கங்களாக இதுகாறும் இங்கு எடுத்துக்காட்டப்பட்டுள்ள மேற்கோள்கள் அமைந்துள்ளன.

இன்று பொதுவழக்கில், 'இறைச்சி' எனும் சொல் அசைவ உணவைக் குறிக்கும் ஒரு சொல்லாகவே அறியப்படுகிறது. தமிழியல் ஆய்வுகளிலும் கூட இச் சொல் மிகவும் அரிதாகவே பயன்பாட்டில் காணப்படுகிறது. இலக்கியங்களில் மிகவும் மதிநுட்பத்துடன் கையாளப்படும் இவ் விலக்கணக் கூறுகள் மொழி ஆளுமை, படைப்பாக்கத் திறன் முதலான ஆற்றல்களுக்குச் சான்று பகர்வன ஆகும். பழந்தமிழ் மரபு இலக்கணக் கூறுகளை இழந்துவிடாமல், அவ்வப்போது அவை குறித்து நினைவுறுத்துவதும், அவற்றை அதிகமாகப் பயன்பாட்டில் கொண்டுவருவதும் தமிழறிஞர்கள், படைப்பாளிகள் முதலானோரின் கடமையாகும். இதனைக் கருதியே இந்த ஆய்வு நூலில் தவிர்க்க இயலாதவாறு இவ்விலக்கணக் குறிப்புகள் இடம்பெறுகின்றன.

சிலப்பதிகாரம் குறித்த ஆய்வுகளில் இதுவரை அதிகம் கவனிக்கப்படாத பகுதியான 'மனையறம் படுத்த காதை' அணி இலக்கணக் கூறுகளும் இலக்கிய நயமும் நாடக உத்திகளும் அழகியலும் நிறைந்து விளங்கி, இளங்கோ அடிகளின் நுண்ணிய படைப்பாக்கத் திறனுக்குச் சான்று பகர்வதை இந்த ஆய்வு வெளிப்படுத்துகின்றது. இக் காதைக்கான இரண்டு பழைய உரை யாசிரியர்களின் உரைகளையும் முழுமையாக ஆழ்ந்து படிப்பவர்களுக்கு இவ்வுண்மை தெற்றென விளங்கும்.

இனி, சொல்லாட்சி மூலம் வெளிப்படும் உத்திகளுக்கான மேலும் சில சான்றுகளைக் காண்போம்: இளங்கோ அடிகள் இராமாயணக் கதையை நன்கு அறிந்தவர் என்பதை முன்னரே கண்டோம்.

'அரங்கேற்று காதை'யில் வருபொருள் உரைக்கும் உத்தியாக இராமாயணக் கதாபாத்திரத்தை மறைபொருளாகக் கையாள்கிறார்.

மா மலர் நெடுங் கண் மாதவி மாலை
கோவலன் வாங்கி, கூனி - தன்னொடு
மணமனை புக்கு, மாதவி - தன்னோடு
அணைவுறு வைகலின் அயர்ந்தனன் மயங்கி *(170 - 173)*

'கூனி' என்று மாதவியின் மாலையை விற்ற பெண்ணுக்குப் பெயர் சூட்டியுள்ள அடிகளின் நோக்கம் மிகவும் பொருள் பொதிந்தது. இராமாயணக் காப்பியத்தில் கூனி என்ற பாத்திரம் தோற்றுவித்த முதல் சிக்கலின் தொடர்ச்சியாகவே தொடர்ந்து கதையில் பல்வேறு திருப்பங்கள் ஏற்பட்டு அது ஒரு அழியாப் புகழ்பெற்ற காப்பியமானது என்பது கவனத்திற்கு உரியது. மேலும், பொதுமக்கள் வாழ்வியலிலும் 'கூனி' என்னும் பெயர் சூழ்ச்சி, சூனியக்காரி என்பது போன்ற எதிர்மறைப் பொருளிலேயே பார்க்கப்படுவதும் இங்கு நினைவுகூரத் தக்கது. அதேபோன்று சிலம்பில் வரும் கூனியைக் கோவலன் சந்தித்த நொடி முதல் இக்காப்பியக் கதை விரிவாக நகரத் தொடங்கி பல்வேறு திருப்பங்களையும் காண்கிறது. இன்றளவும் உலகின் தலைசிறந்த காப்பியங்களில் ஒன்றாக சிலப்பதிகாரம் திகழ்கிறது என்பதை நினைவில்கொள்ள வேண்டும். இங்கு வரும் 'கூனி' எதிர்மறையான பாத்திரமாக இல்லை யாயினும் கதையில் பின்னர் வர இருக்கும் நிகழ்வுகளுக்கான ஒரு குறியீடாகவே அடிகளால் இப்பெயர் வைக்கப்பட்டிருக்க வேண்டும் என்பதை மறுப்பதற்கில்லை. ஏனெனில் நாட்டுப்புறக் கதையில் 'கூனி' என்றொரு பாத்திரமே இல்லை என்பது தெளிவு.

புறஞ்சேரி இறுத்த காதை :

கோவலன், கண்ணகி, கவுந்தியடிகள் ஆகிய மூவரும் ஒரு வைகறைப் பொழுதில் மதுரையில் தென்னர் குலக்கொடியாய் விளங்கும் வையை ஆற்றின் வடகரையை அடைந்தனர். இவ்விடத்து ஆசிரியர் தம் காப்பியத்திற்கான அழகியலுடன் கூடிய கற்பனைக் காட்சியைத் தம் சொல்லாட்சி மூலம் உருவாக்குகிறார்.

புலவர் நாவில் பொருந்திய பூங்கொடி-
வையை என்ற பொய்யாக் குலக்கொடி-

தையற்கு உறுவது தான் அறிந்தனள் போல்,
புண்ணிய நறு மலர் ஆடை போர்த்து,
கண் நிறை நெடு நீர் கரந்தனள், அடக்கி *(169 - 173)*

பொருள் : “கண்ணகிக்கு மேல்வரும் துன்பத்தினைத் தான் முன்னரே அறிந்தாள் போல, தன்னைக்கொண்டு அருச்சித்தார்க்குப் புண்ணியங்களைக் கொடுக்கும் தூய்மையுடைய நறிய பூக்களாகிய ஆடையால் தன் மெய்ம்முழுதும் போர்த்து, தன்கண் மல்கி நின்ற நீரைப் புறத்திடின் அதுகண்டு வருந்துவார் என்று மறைத்து உள்ளடக்கினாள்” என்று அடியார்க்கு நல்லார் உரை தருகிறார்.

கோவலன், கண்ணகி இருவரும் வையை ஆற்றுக்கு அருகில் வருகின்றனர்; அப்பொழுது பாண்டியனின் குலக் கொடியாய்த் திகழும் வையை, கண்ணகிக்கு நிகழ இருக்கும் துன்பங்களைத் தாம் முன்னரே அறிந்தவள் போல தன் கண்களிலிருந்து பெருகிவரும் கண்ணீரை (ஆற்றில் பெருகி ஓடும் தண்ணீர்) அடக்கிக் கொள்கிறாள். அதாவது, அருகில் வந்துவிட்ட அவர்களிடம் தன் கண்ணீரை மறைப்பதற்காக பூக்களாகிய முந்தானையைக் கொண்டு முகத்தை மூடிக் கண்ணீரை மறைத்துக் கொண்டாள். வையை ஆற்றில் ஓடும் தண்ணீர் தெரியாத அளவிற்கு பூக்கள் மிதந்து செல்லும் அழகினை அடிகள் தம் மொழித் திறத்தால் இவ்வாறு காட்சிப்படுத்துகிறார்.

அதன் தொடர்ச்சியாக, வையை ஆற்றின் அழகைக் காணும் கோவலனும் கண்ணகியும், **“இது நீர் ஆறு அன்று; பூ ஆறு”** என்று புகழ்ந்து கூறி ஆற்றினைத் தொழுவதாகக் கூறி இக் கற்பனைக் காட்சியை நிறைவு செய்கிறார் அடிகள்.

புனல் யாறு அன்று; இது பூம் புனல் யாறு!’ என,
அன நடை மாதரும் ஐயனும் தொழுது; *(174, 175)*

‘கொலைக்களக் காதை’யில்

கற்பின் கொழுந்தே, பொற்பின் செல்வி!
சீறடிச் சிலம்பின் ஒன்று கொண்டு, யான் போய்,
மாறி வருவன்; மயங்கா தொழிக’ என- *(91 - 93)*

இந்த வார்த்தைகளே கண்ணகியிடம் கோவலன் கடைசியாகப் பேசியவை. ஈண்டு, **‘யான் போய், மாறி வருவன்’** என்னும்

கோவலனின் கூற்று மிகுந்த கவனத்திற்கு உரியதாகிறது. "யான் மீண்டும் இம் மனித உருவோடு வரமாட்டேன் என்பதையே,"மாறி வருவன்" என்று குறிப்பால் உணர்த்துகிறான். அதன் காரணமாகவே கண்ணகியை, "மயங்காது இருப்பாயாக" என்கிறான்.

"நின் சிறிய அடிக்கு அணியாகிய சிலம்புகளுள் ஒன்றனை யான் கொண்டு சென்று விற்று வருவேன் ; வருந்துணையும் நீ மயங்கா திருப்பாயாகவென்று சொல்லி : யான் போய் மாறி வருவன் என்றது மேல் நிகழும் நிகழ்ச்சியைக் குறிப்பிற் புலப்படுத்தும் மொழியாகவுளது" என்பது நாட்டார் உரை.

இவ்வாறு இளங்கோவின் முத்தமிழ் வித்தகத்திற்குச் சான்றாய் விளங்கும் சிலம்பில், சொல்லாட்சி வழி பெறப்படும் நாடக உத்திகளை அடுக்கிக் கொண்டே போகலாம். அவை முழுவதையும் விளக்க முற்படின் அதுவே ஒரு தனி நூலாக விரிவடையும்.

நிமித்தங்கள், கனவுகள், நம்பிக்கைகள் :

ஒரு சிறந்த இலக்கியம் என்பது ஒரு சமூகத்தின் வாழ்வியல் நெறிகளையும் பண்பாட்டினையும் பிரதிபலிக்கும் கண்ணாடியாகும். அதன் காரணமாகவே காலப்போக்கில் இலக்கியங்கள் சமூக வரலாற்று ஆவணங்களாக அறிஞர்களால் அடையாளப் படுத்தப்படுகின்றன. இதற்குச் சிறந்த சான்றாகத் திகழ்வது சிலப்பதிகாரம் ஆகும்.

தொன்று தொட்டுத் தமிழர்தம் அன்றாட வாழ்வில் நிமித்தங்கள், கனவுகள், தெய்வமேறிப் பேசுதல், இயற்கை நிகழ்வுகள் சார்ந்த பல்வேறு நம்பிக்கைகள் நிலவி வருகின்றன. இந்த நம்பிக்கைகளைத் தம் காப்பியத்தில் ஆசிரியர் வருபொருள் உரைத்தல் முதலான கூறுகளைக் குறிப்பால் உணர்த்துவதற்கான நாடக உத்திகளாகத் திறம்படப் பயன்படுத்துகிறார். அதற்கான சில சான்றுகளை மட்டும் காண்போம்.

கானல் வரியின் இறுதியில் கோவலன் மாதவி இருவரின் பிரிவு நிகழப் போவதை முன்னரே குறிப்புக் காட்டும் வகையில் ஐந்தாவது அதிகாரமான 'இந்திர விழவூரெடுத்த காதை'யின் இறுதியில்,

கண்ணகி கருங்கணும் மாதவி செங்கணும்
உள்நிறை கரந்துஅகத்து ஒளித்துநீர் உகுத்தன

எண்ணுமுறை இடத்தினும் வலத்தினும் துடித்தன *(237-239)*

என்று மிகவும் நுணுக்கமாக சாதாரண மக்களின் வாழ்வியல் நம்பிக்கையையே ஓர் உத்தியாகக் கையாள்கிறார் அடிகள். கண்ணகியின் இடக்கண்ணும் மாதவியின் வலக்கண்ணும் துடித்தன. பெண்ணின் இடக்கண் துடித்தல் நன்மைக்கும், வலக்கண் துடித்தல் வரப்போகும் தீமைக்கும் அறிகுறி என்பது சமூகத்தின் பொதுவான நம்பிக்கையாகும். ஒன்று நல்ல நிமித்தமாகவும், இன்னொன்று தீய நிமித்தமாகவும் கூறப்பட்டது. கோவலன் உடன் சேர்ந்து இருப்பதால் மாதவியின் கண்களைச் செங்கண் என்றும், கண்ணகி கணவனைப் பிரிந்து இருப்பதால் அவளுடைய கண்களைக் கருங்கண் என்றும் கூறுகிறார்.

'கனாத்திரம் உரைத்த காதை'யில்,

கடுக்கும் என் நெஞ்சம்; கனாவினால், என் கை
பிடித்தனன் போய் ஓர் பெரும் பதியுள் பட்டேம்;
பட்ட பதியில், படாதது ஒரு வார்த்தை
இட்டனர் ஊரார், இடுதேள் இட்டு, என்-தன்மேல்;
"கோவலற்கு உற்றது ஓர் தீங்கு" என்று அது கேட்டு,
காவலன் முன்னர் யான் கட்டுரைத்தேன்; காவலனொடு
ஊர்க்கு உற்ற தீங்கும் ஒன்று உண்டால்; உரையாடேன்;
தீக் குற்றம் போலும், செறி-தொடீஇ! தீக் குற்றம்
உற்றேனொடு உற்ற உறுவனோடு யான் உற்ற
நல் திறம் கேட்கின் நகை ஆகும்'........ *(45-54)*

என்று கண்ணகி தான் கண்ட கனவை தன் தோழி தேவந்தியிடம் விவரிக்கிறாள். கண்ணகியும் கோவலனும் மீண்டும் இணைந்தது முதல் இறுதியில் பத்தினித் தெய்வமாகி வானுலகம் சென்றது வரையிலான நிகழ்வுகளை இக் கனவின் மூலம் கண்ணகி காண்கிறாள். இதன் காரணமாகவே கண்ணகி, **உற்ற உறுவனோடு யான் உற்ற நல் திறம் கேட்கின் நகை ஆகும்'** என்று இறுதியில் தான் கண்ட கனவை நினைக்கும்போது சிரிப்பு வருவதாகக் கூறுகிறாள். இதன் மூலம் தாம் கண்ட கனவை கண்ணகியே நம்பவில்லை என்ற ஒரு குறிப்பையும் இளங்கோ நமக்குத் தருகிறார்.

ஆனால்,

நலம் கேழ் முறுவல் நகை முகம் காட்டி,
'சிலம்பு உள; கொண்ம்' என -
'சேயிழை! கேள்; இச் சிலம்பு முதல் ஆக, சென்ற கலனோடு
உலந்த பொருள் ஈட்டுதல் உற்றேன், மலர்ந்த சீர்
மாட மதுரை அகத்துச் சென்று; என்னோடு இங்கு,
ஏடு அலர் கோதாய்! எழுக' என்று, நீடி
வினை கடைக்கூட்ட வியம் கொண்டான் - கங்குல்
கனை சுடர் கால் சியாமுன். *(73 - 79)*

என்று காப்பியம் தொடர்கிறது. சிறிது நேரத்திலேயே கணவனான கோவலன் அவள் இல்லம் வந்து சேர்வதாகவும், உடனடியாக இரவோடு இரவாக சிலம்பை விற்றுப் பொருள் ஈட்டும் முகத்தான் இருவரும் மதுரை நகருக்குப் புறப்படுவதாகவும் இக் காதை நிறைவு பெறுகிறது.

ஆயினும், மதுரைக் காண்டத்தில், நீதி கேட்க நெடுஞ்செழியன் அரண்மனை வாயிலை அடைந்த கண்ணகிக்கு இந்தக் கனா மீண்டும் நினைவுக்கு வந்ததாக ஒரு தொடர்ச்சியை **ஊர்சூழ்** வரியில் அடிகள் குறிப்பிடுகிறார்.

என்றாள் எழுந்தாள்; இடர் உற்ற தீக்கனா
நின்றாள் நினைந்தாள்; நெடுங்கயல்கண் நீர்சோர,
நின்றாள் நினைந்தாள்; நெடுங்கயல்கண் நீர்துடையாச்
சென்றாள், அரசன் செழுங்கோயில் வாயில் முன்.

(72-75)

இங்கு, 'புகார் காண்ட'த்தின் நிறைவுப் பகுதியில் சொல்லப்படும் கண்ணகியின் கனவு, காப்பியம் நிறைவு பெறும் 'வஞ்சிக் காண்டம்' வரை நிகழ இருக்கும் முக்கிய மான சம்பவங்களை முன்னரே உள்ளுறைப் பொருளாகக் காட்டும் மிகப் பெரும் நாடக உத்தியாக இடம்பெறுகிறது. இத்தகு உத்தி முறைகள் தலைசிறந்த நாடக ஆசிரியர் ஒருவருக்கே சாத்தியப்படும். இதுபோன்ற வருமுன் கூறும் உத்தியைப் பண்டைக் கால கிரேக்கத் துன்ப இயல் நாடகங்களின் தொடக்கத்தில் காண முடியும். 'கோரஸ்'*(Chorus)*

என்று அழைக்கப்படும் ஒரு குழுவினர் மேடையில் தோன்றி நாடகத்தில் நிகழப்போகும் முக்கியமான சம்பவங்கள் குறித்துத் தொடக்கத்திலேயே பாடுவார்கள். தமிழகத்தில் நடைபெறும் தெருக் கூத்துகளிலும் கூட கூத்துக் கலைஞர்கள் ஒரு குழுவாக நின்று இவ்வாறு பாடும் மரபு உண்டு.

கண்ணகி கண்ட கனவுடன் ஒப்பிடத்தக்க வகையில் பாண்டிய நாட்டின் அரசி கோப்பெருந்தேவியும் ஒரு கனவு காண்கிறாள். கோவலன் கொலயுண்டதை யடுத்து வெகுண்டு எழுந்த கண்ணகி நீதி கேட்பதற்காக பாண்டிய மன்னன் அரண்மனை வாயிலுக்கு வந்து சேர்கிறாள். அதற்கு முன் கோப்பெருந்தேவி தாம் கண்ட கனவு பற்றித் தன் தோழியிடம் கூறுகிறாள். இவ்வாறு 'வழக்குரை காதை' தொடங்குகிறது.

கருப்பம்

செங்கோலும், வெண்குடையும்,
செறி நிலத்து மறிந்து வீழ்தரும்;
நம் கோன் - தன் கொற்ற வாயில்
மணி நடுங்க, நடுங்கும் உள்ளம்;
இரவு வில் இடும்; பகல் மீன் விழும்;
இரு-நான்கு திசையும் அதிர்ந்திடும்;
வருவது ஓர் துன்பம் உண்டு;
மன்னவற்கு யாம் உரைத்தும்' .... (9 12)

பொருள் : அரசனுடைய செங்கோலும் வெண்கொற்றக் குடையும் அணுச் செறிந்த நிலத்தில் முறிந்து வீழ்ந்தன. நம் மன்னனது வெற்றி தரும் வாயிலின்கண் கட்டிய மணி என்னுள்ளம் நடுக்குறும் வண்ணம் அசைந்தன. இரவில் வான வில் தோன்றியது. பகலில் விண்மீன்கள் எரிந்து கீழே விழுந்தன; எட்டுத் திக்கும் அதிர்ந்தன. ஆதலால் துன்பம் ஒன்று வர உள்ளது. யாம் அரசனுக்கு இச் செய்தியைக் கூறுவோம் என்று தோழியிடம் கூறுகிறாள்.

கோப்பெருந்தேவி சென்று தன்
தீக் கனாத் திறம் உரைப்ப
அரிமான் ஏந்திய அமளிமிசை இருந்தனன்,

திரு வீழ் மார்பின் தென்னவர் கோவே; இப்பால் *(21 - 23)*

தாம் கண்ட தீய கனவை அரசனிடம் எடுத்துரைக்கின்ற அதே வேளையில், வாயில் காப்போனிடம் கண்ணகி,

வாயிலோயே! வாயிலோயே!

அறிவு அறைபோகிய பொறி அறு நெஞ்சத்து,

இறை முறை பிழைத்தோன் வாயிலோயே! *(24-26)*

என்று பேசத் தொடங்குவதாக இதனை அற்புதமாகக் காட்சிப்படுத்துகிறார் இளங்கோ அடிகள். காப்பியத்தில் முன்னர் அதிகம் பேசாத கண்ணகியை, "அறிவற்ற, இரக்கமற்ற, நீதிமுறை தவறிய பாண்டிய மன்னனின் வாயில் காப்போனே!" என்று கோபக் கனல் தெறிக்கும் சொற்களைப் பேசவைக்கிறார் அடிகள். இது முதல், 'அழல்படு காதை' வரையிலான காட்சிகள், "சாது மிரண்டால் காடு கொள்ளாது" என்னும் தமிழ் முதுமொழிக்கு விளக்கம் தருவதாக அமைகின்றன. சிலப்பதிகார நாடகம் காட்சி அமைப்பு, சொல்லாட்சி ஆகியவற்றால் இங்கு உச்சத்தைத் தொடுகிறது.

மேலும், கோப்பெருந்தேவியின் கனவு வருமுன் உரைக்கும் நாடக உத்தியாக இங்கு அமைந்திருப்பது கண்கூடு. இவ்வகையில் இதனை, 'கருப்பம்' என்று குறிப்பிட்டிருப்பதால், இது கானல் வரியின் 'கட்டுரைகள்', ஆய்ச்சியர் குரவையின் 'உரைப்பாட்டு மடை', 'கருப்பம்' ஆகியவற்றுடன் ஒப்புநோக்கத் தக்கதாகும்.

'கொலைக்களக் காதை'யில்

பல் ஆன் கோவலர் இல்லம் நீங்கி,

வல்லா நடையின் மறுகில் செல்வோன்.

இமில் ஏறு எதிர்ந்தது, இழுக்கு என அறியான்,

தன் குலம் அறியும் தகுதி அன்று ஆதலின் *(98 - 101)*

கோவலன் சிலம்பை விற்றுவருவதற்காக பசுக்கள் நிறைந்த ஆயர் வீடுகளைக் கடந்து செல்கிறான். அப்போது அவன் எதிரே காளை ஒன்று பாய வந்தது. ஆயர்கள் அதனைத் தீய நிமித்தமாகக் கருதுவர். வணிகர் குலத்தைச் சேர்ந்த கோவலன் அதை அறிந்திலன்; ஆதலால் அவன் கடைத்தெருவை நோக்கிச் செல்கிறான் என்று அடிகள் அவனுக்குத் துன்பம் வரப்போவதை

குறிப்பால் காட்டுகிறார். இங்கு இன்னொரு தகவலும் தரப்படுகிறது. நிமித்தங்கள் பற்றிய நம்பிக்கைகள் மக்களிடம் இடத்திற்கு இடம் அவர்கள் செய்யும் தொழில்களைப் பொறுத்து மாறுபடுகின்றன.

'ஆய்ச்சியர் குரவை'யில் நிமித்தங்கள் உச்சம் பெறுகின்றன. இதற்கு அடிப்படையான காரணம் இக் குரவைக் கூத்து, காப்பியத்தில் 'கொலைக்களக் காதை' யின் தொடர்ச்சியாக நிகழ்த்தப்படுகிறது. தீய நிமித்தங்களுடன் 'ஆய்ச்சியர் குரவை' தொடங்குகிறது. 'உரைப்பாட்டு மடை'யாக மூன்று தீய நிமித்தங்கள் *(2,3,4)* நிகழ்கின்றன. அவை மூன்றையும் விளக்கி அதனால் ஒரு துன்பம் விளையப்போகிறது என்றும் துன்பத்தைத் தவிர்ப்பதற்கு ஆய்ச்சியர்கள் 'குரவைக் கூத்து' ஆடவேண்டும் என்றும் மாதரி தன் மகள் ஐயையிடம் கூறுகிறாள். இவ்வேளையில் மதுரை நகருக்குள் சென்ற கோவலன் இன்னும் இல்லம் திரும்பவில்லை என்பது உட்குறிப்பு.

கருப்பம்

5. குடத்துப் பால் உறையாமையும்,
குவி இமில் ஏற்றின்
மடக் கண் நீர் சோர்தலும்
உறியில் வெண்ணெய் உருகாமையும்,
மறி முடங்கி ஆடாமையும்,
மால் மணி நிலத்து அற்று வீழ்தலும்,
வருவது ஓர் துன்பம் உண்டு' என,
மகளை நோக்கி, 'மனம் மயங்காதே!
மண்ணின் மாதர்க்கு அணி ஆகிய
கண்ணகியும்-தான் காண,
ஆயர் பாடியில், எரு மன்றத்து,
மாயவனுடன் தம்முன் ஆடிய
வால சரிதை நாடகங்களில்,
வேல் நெடுங் கண் பிஞ்ஞையோடு ஆடிய
குரவை ஆடுதும் யாம்' என்றாள்-
'கறவை, கன்று, துயர் நீங்குக எனவே,'

'கருப்பம்' என்றது கூத்து நிகழ்வதற்கான உட்பொருள். இதனைத் தொடர்ந்து கூத்தில் வருவது 'கொளு' ஆகும். 'கொளு' என்றது குரவைக் கூத்திற்கான கருத்து.

இன்றளவும் தமிழகத்தின் வடமாவட்டங்களில் நிகழ்த்தப்படும் தெருக் கூத்துகளின் பிரதிகளில் இப்பகுதிகளைக் காணலாம். தெலுங்கு, மராட்டிய மன்னர்கள் ஆட்சிக் காலத்தில் தமிழக நிகழ்த்துக் கலைகளில் பல மாற்றங்கள் நிகழ்ந்தன. தமிழில் 'மணிப்ரவாளம்' என்னும் மொழிக்கலப்பு ஏற்பட்டதும் இக்காலத்தில் தான். அதன் காரணமாக தெருக் கூத்துப் பிரதிகளில் கடவுள் வாழ்த்துப் பாடல்களுடன் சேர்ந்திசை யாகத் தொடங்கும் நிகழ்வுக்கு **'தோடையம்'**(தோடயம்) என்ற பெயர் ஏற்பட்டது. எனவே தற்காலத்தில் தெருக் கூத்துப் பிரதிகளின் தொடக்கப் பகுதிகள் **'தோடையம்', 'கருப்பம்', 'கொளு'** என்று குறிப்பிடப்படுகின்றன.

தெருக் கூத்தின் தொன்மைக்குச் சான்று பகர்வதாக 'ஆய்ச்சியர் குரவை'யில் இச் சொற்கள் இடம்பெற்றிருப்பதை கவனிக்க வேண்டும்.

வர இருக்கும் நிகழ்வுகளை விளக்குவதற்கு நிமித்தங்களும் நாடக உத்திகளாக மிகவும் திறமையுடன் கையாளப்பட்டிருப்பதைக் காப்பியத்தில் ஆங்காங்கே காணலாம்.

காப்பியக் கட்டமைப்பு (Design):

காப்பியக் கதையை மொத்தம் மூன்று காண்டங்களில் 30 அதிகாரங்களாகப் பகுத்துச் செம்மையாக வரிசைப்படுத்தியிருக்கும் பாங்கு அடிகள் ஒரு தலைசிறந்த நாடக ஆசிரியர் என்பதை மீண்டும் உறுதிப்படுத்துகிறது. கதை நிகழ்வுகளைக் காப்பிய ஆக்கம் செய்யும்போதே ஆசிரியரின் மனக்கண் முன் அவை நாடகக் காட்சிகளாக விரிவடைந்திருக்க வேண்டும் என்பதற்குக் கட்டமைப்பே சான்று பகர்கிறது. நாட்டார் மரபில் வாய்மொழி செவிவழி பெற்ற கோவலன் கண்ணகி கதையைக் காப்பியமாகப் படைக்கத் தொடங்கு முன்னரே அக்கதையை நாட்டார் கூத்து நிகழ்வுகள் மூலமாகவும் அடிகள் அறிந்திருக்க வாய்ப்பு உண்டு என்பதை முற்றிலுமாக நிராகரித்துவிட முடியாது. பதிகத்திலும், குன்றக் குரவையிலும் சாத்தனார், குறவர்கள் ஆகிய இருவர் மூலம்

கண்ணகியின் கதையைக் கேட்டதாக ஆசிரியர் காப்பியத்தில் குறிப்பிடுவதும் ஒரு வகை உத்தியே ஆகும். எனவே, காப்பியம் படைக்க முற்படும் அடிகளுக்குத் தமிழரின் நாட்டார் கூத்து வடிவம் பெரும் தாக்கத்தை ஏற்படுத்தியிருக்கக்கூடும். அதன் காரணமாகவே காப்பியத்தில் ஆங்காங்கே பரவலாகக் கூத்து பற்றியும், இசை பற்றியும் ஏராளமான குறிப்புகள் இடம்பெற்றுள்ளன.

மேலும், காப்பியக் கட்டமைப்பில் ஒரு தேர்ந்த நாடகப் பிரதிக்கான பல கூறுகளை அடையாளம் காண முடிகிறது. அதாவது, காப்பியத்திலிருந்து நாடகம் செய்ய விரும்புவோர் அது வேத்தியலாயினும் பொதுவியலாயினும் தமக்கான ஒரு நாடகப் பனுவலை உருவாக்கிக் கொள்ளும் வகையில் அடிகள் நூலைக் கட்டமைத்திருக்கிறார்.

இங்கு காப்பியம், நாடகப் பார்வையாளர் முன் ஆடப்படுகின்ற ஒரு நாடகம் என்ற நிலையில் வைத்து ஆராயப்படுகின்றது. ஒரு துன்பியல்(*Tragedy*) நாடகத்திற்கான அனைத்துக் கூறுகளையும் தன்னகத்தே கொண்ட கதையைத் தம் இணையற்ற படைப் பாற்றல் மூலம் இன்பியல்(*Comedy*) நாடகமாக நிறைவடையச் செய்துவிடுகிறார் அடிகள். இதற்கும் ஒரு முக்கியமான காரணம் உண்டு.

பொதுவாக, தமிழ் நாடக மரபாயினும் இந்திய நாடக மரபாயினும், தொன்று தொட்டு இச்சமூகம் துயரத்துடன் முடியும் கலை நிகழ்வுகளை மனத்தளவில் ஏற்பதில்லை. இன்பம் அளிக்கும் சூழலில் நாடகம் நிறைவு பெறுவதை மட்டுமே இச் சமூகம் ஏற்று வந்துள்ளது. தற்கால நவீன நாடகக் கோட்பாடுகளோடு இக்கருத்தியலை அணுகக் கூடாது. நாட்டுப்புற வாய்மொழி - செவிவழி மரபில்(*Aural Oral Tradition*) தோன்றிய துயரம் மிகுந்த கதைகள் கூட பாடல்கள், கூத்துகள் எனக் கலை நிகழ்வாக உருப்பெறும்போது வலியவந்து திணிக்கப்படும் இன்பமான சூழலில் நிறைவடைவதைக் காணலாம். இதற்கு உதாரணமாக **அரிச்சந்திரன், மதுரை வீரன், காத்தவராயன், நந்தன் சரித்திரம், சுடலைமாடன்** எனப் பல கதைகளைக் காணலாம். வலிகள் மிகுந்த துயரங்களை வாழ்நாள் முழுதும் அனுபவிக்கும் இக் கதைத் தலைவர்கள் இறுதியில் வழிபாட்டுக்கு உரியவர்களாகவும் தெய்வ நிலையை அடைந்தவர்களாகவும் கதை பின்னப்பட்டு,

கலை நிகழ்வுகள் மகிழ்ச்சியுடன் மங்கலப் பாட்டுடன் (சுபமாக) நிறைவு பெறும் போக்கினை இன்றளவும் நம் நாட்டார் மரபில் காண முடிகிறது.

சிறப்புக் குறிப்பு:

இளங்கோ அடிகள் தமிழ்க் கூத்து மரபின் மீது கொண்டிருந்த ஈடுபாட்டினையும், அவர் தம் நாடகப் படைப்பாக்க ஆளுமையையும் முழுமையாக அறிந்துகொள்ளும் வகையில் இந் நூலாசிரியரால் இச் சிறப்புக் குறிப்பு இங்கு தரப்பட்டுள்ளது. இவ்விடத்து இப்பகுதி தவிர்க்க முடியாத ஒன்றாகும். தொன்மையான மேற்கத்திய நாடக மரபில், குறிப்பாக கிரேக்க நாடக மரபில், துன்பியல் நாடகங்களே முதன்மை பெற்று விளங்கின. ஈண்டு, ஆங்கில நாடக மேதை **ஷேக்ஸ்பியரின்**, கிங் லியர், மாக்பெத், ஒத்தெல்லோ, ஹாம்லெட், ஜூலியஸ் சீசர் முதலான துன்பியல் நாடகங்கள் பெரும் புகழ் பெற்று,அவை ஷேக்ஸ்பியரின் முதிர்ச்சியடைந்த நாடகங்கள் *(Matured Plays)* என்றும் கொண்டாடப்பட்டுவரும் வரலாற்றினை அம்மரபின் தொடர்ச்சியாக அடையாளம் காண இயலும்.

சில காட்சிகளின் ஊடாக பார்வையாளர்களிடையே செலுத்தப்படும் உணர்ச்சிக் கொந்தளிப்பு*(Catharsis)*[1]களே இத் துன்பியல் நாடகங்களின் மிக முக்கிய அம்சமாகக் கருதப்படுகிறது. இதன் மூலம் நாடகத்தில் இடம்பெறும் சோகம், ஆழ்மன மோதுகை *(Internal Conflicts)*, அச்சம், மனக் குழப்பம் முதலான உணர்ச்சிகள் நாடகக் கலைஞர்கள் வழியாகப் பார்வையாளர்களிடம் கடத்தப்படுகின்றன*(Ref. Aristotle's POETICS on Tragedies)*. அதன் விளைவாகப் பார்வையாளர்கள் தன்னிலை மறந்து, நாடகப் பாத்திரத்தின் உணர்வுகளுக்குத் தாமும் அடிமைப்பட்டு விடுகிறார்கள். இத்தகு நிலையை உருவாக்குவதே அக் காலத்தில் துன்பியல் நாடகத்தின் முக்கியக்கூறாகவும் தனிச்சிறப்பாகவும் கருதப்பட்டன.

20ஆம் நூற்றாண்டில் ஜெர்மனியில் தோன்றிய புகழ்பெற்ற நவீன நாடக ஆசிரியரும் கவிஞரும் நாடகவியல் அறிஞருமான

1.Catharsis = the process by which strong and perhaps dangerous feelings are allowed to be experienced under the influence of music or Drama. Watching Tragic Drama is supposed to have a cathartic effect on people. - Longman Dictionary. 1987.

பெர்தோல்ட் பிரெக்ட்(*Bertolt Brecht*) மேற்கத்திய நாடக இலக்கண மரபில் ஒரு பெரிய மாற்றத்தை ஏற்படுத்தும் புதிய சிந்தனை மரபினை உருவாக்கினார். பிரெக்ட் **'நவீன நாடக அரங்கு என்ற காப்பிய நாடக அரங்கு'**(*The Modern is the Epic Theatre. 1930*) என்னும் நாடக இயல் நூலில் தமது புதிய இலக்கணக் கொள்கையைப் பிரகடனம் செய்தார். இங்கு அது பற்றி விரிக்கின் பெருகும் என்ற நிலையில் அதன் கருப்பொருளை மட்டும் எடுத்துக்கொள்கிறோம்.

நாடகத்திற்கும் பார்வையாளனுக்குமான உறவு, நாடகத்தில் ஒரு பாத்திரத்தை ஏற்று நடிக்கும் நடிகனுக்குமான உறவு அன்னியமானதாக இருக்க வேண்டும் என்பதே இவரது கருத்தாகும். இதனைத் தமிழில் **'அந்நியமாதல் தத்துவம்'** என்றும், ஆங்கிலத்தில் Distancing Effect /Alienation Effect என்றும் குறிப்பிடுவர். இதன் பொருள் : பார்வையாளர்கள் நாடக நிகழ்வுகள் வெளிப்படுத்தும் உணர்ச்சிகளுக்கு அடிமையாகிவிடக் கூடாது; அதே சமயம் நிகழ்வின் ஊடாக வெளிப்படும் கருத்துகளை மட்டும் பார்வையாளர் கவனிக்க வேண்டும். நாடகத்தை ஒரு நிகழ்கலை அனுபவமாக மட்டுமே அணுக வேண்டும். அது ஏற்படுத்தக் கூடிய பல் வகை உணர்ச்சிக் கொந்தளிப்புகளில் எவரும் மூழ்கிவிடக் கூடாது என்பதை பிரெக்ட் அழுத்தமாகக் கூறுகிறார். (Brecht wanted to 'distance' or to 'alienate' his audience from the characters and the action. Actors, directors, and playwrights may draw on alienating effects in creating a production. A play should not cause the spectator to identify emotionally with the characters or action before him or her, but should instead provoke rational self - reflection and a critical view of the action on the stage. Brecht thought that the experience of a climactic catharsis of emotion left an audience complacent. Instead, he wanted his audiences to adopt a Critical perspective in order to recognize social injustice and exploitation and to be moved to go forth from the theatre and effect change in the world outside.)

20ஆம் நூற்றாண்டில் நிகழ்ந்த இரண்டு உலகப் போர்களின் விளைவாக ஐரோப்பாவிலும், அமெரிக்காவிலும், ரஷ்யா, சீனா முதலான பிற நாடுகளிலும் கவிதை, இலக்கியம், நாடகம் மட்டுமின்றி வாழ்வியல் நெறிகள் சார்ந்தும் பல்வேறு புதிய

சிந்தனைகள் நாடக ஆசிரியர்களிடையே தோன்றலாயின. அதன் தொடர்ச்சியாகக் கடந்த நூற்றாண்டின் இறுதியில் நவீன நாடகம் என்ற பெயரில் இந்தியா உள்பட உலகம் முழுதும் நாடக ஆசிரியர்கள், செயல்பாட்டாளர்கள் இடையே ஒரு புதிய உத்வேகத்தை ஏற்படுத்தியது. கடந்த நூற்றாண்டின் பிற்பகுதியில் நவீன நாடகம் ஒரு இயக்கமாக உருப் பெற்றது. தமிழகத்திலும் படைப்பிலக்கியவாதிகள் இடையே **நவீனத்துவம், 'பின் நவீனத்துவம்'** முதலான சொல்லாடல்கள் பெருவழக்குப் பெறலாயின. நாடக ஆசிரியர்கள், இயக்குநர்கள் மூலம் பல புதிய நாடக இயக்கங்களும் தோன்றின. பல புதிய நாடகங் களும் எழுதப்பட்டு அரங்கேறின. இந்திய பல்கலைக்கழகங்களில் செயல்படும் நாடகத் துறைகளில் பெரும்பாலும் மேலை நாடுகளில் தோன்றிய நவீன நாடகக் கொள்கைகளே முன்னிறுத்தப்பட்டன. நாடகத்திற்கான உயர் கல்வியில் இந்திய, தமிழ் நாடக மரபுகள் பெரிதும் முக்கியத்துவம் பெறவில்லை என்பது வருந்தத்தக்க உண்மை ஆகும். கிழக்கத்திய நாடுகளைச் சார்ந்த நாடக அறிஞர்கள் பலரும் இன்றளவும் நாடகக் கலையின் பிறப்பிடமாக கிரேக்கத்தையே கருதுகின்றனர் என்பதையும் மறுக்க இயலாது. உலகில் சிறப்பானதாகக் கொண்டாடப்பட்டுவரும் **கிரேக்க நாடகம் தழுவிய ஐரோப்பிய மரபு**, கடந்த நூற்றாண்டில் மேற்கத்திய உலகில் தோன்றி உலகம் முழுதும் பெரும் தாக்கத்தை ஏற்படுத்தியுள்ள **நவீன நாடக மரபு** என்னும் இரு மரபுகள் பற்றிய வரலாறையும் அறிந்துகொள்ள வேண்டிய தேவை இந்த ஆய்வினுக்கு உள்ளது.

இந்த நாடக வரலாற்றுப் பின்னணியுடன் நாம் தமிழின் முதல் நாடகக் காப்பியமான சிலப்பதிகாரத்தை அணுக வேண்டும். ஒரு சமூகத்தில் பயின்றுவரும் கலை, அடையாளங்கள் என்பதையும் இவ்விடத்து நினைவில்கொள்ள வேண்டும். உலகின் மிகவும் தொன்மையான மனிதக் குழுக்களில் ஒன்றான தமிழ்ச் சமூகம் தொல்பழங்காலத்திலேயே நாடகம் எனப்படும் கூத்துக் கலையில் சிறந்து விளங்கிய தன்மைகள் தொல்காப்பியத்திலேயே இடம்பெற்றுள்ளன. மேலும் இடைச் சங்க காலத்திலேயே நாடகத்திற்கான இலக்கண நூல்கள் எழுதப்பட்டிருந்தன என்பது வரலாற்று உண்மை. தமிழர்களின் பல்வகைக் கூத்து மரபுகளையும் ஆட்டங்களையும் பற்றிய ஏராளமான குறிப்புகள்

சிலப்பதிகாரத்திலேயே தரப்பட்டுள்ளன. சங்க இலக்கியத்திலும் கூத்து மரபு பற்றிய எண்ணற்ற குறிப்புகள் இருக்கின்றன. மேலும், சங்க இலக்கியத்தில் கூத்தர்களுக்கான ஓர் ஆற்றுப்படை நூலாக **'மலைபடுகடாம்'** விளங்குகிறது. எனவே, கிரேக்க நாடக மரபைப் போன்றே தொன்மையும், தனித் தன்மையும் கொண்டது நம் தமிழ் நாடக மரபு என்பதை எவரும் மறுக்க இயலாது. நாடகம், நடிகன், பார்வையாளன் இடையிலான உறவு பற்றிக் கடந்த நூற்றாண்டில் மேற்கத்திய நாடக வல்லுநர்கள் வகுத்த புதிய கோட்பாடுகள் பலவும் பழந் தமிழர் கூத்து மரபில் இயல்பாகப் பயின்றுவந்துள்ள தன்மை முன்னரே விளக்கப்பட்டுள்ளது. தமிழர் தம் வாழ்வியல் நெறிகளுக்கேற்பவே இங்கு நாடகம் முதலான கலை வடிவங்கள் தோன்றுகின்றன. இங்குள்ள நாகரிகம், பண்பாட்டின் அடிப்படையில் தொன்றுதொட்டு நாடகம், நடிகன், பார்வையாளன் இடையிலான உறவு கட்டமைக்கப்பட்டு வந்துள்ளது. தமிழகத்தில் கூத்து, இசை எனத் தொல் மரபுசார் முத்தமிழையும் முழுதுணர்ந்த இளங்கோ அடிகள் இயற்றிய காப்பியத்தை பண்டைக் கூத்து மரபின் நீட்சியாகக் காண்பதே பொருத்தமானதும் இயல்பானதும் ஆகும். எனவே, தமிழ் மரபுவழி நின்று நாடகம், பார்வையாளன் இடையிலான உறவை மையமாகக் கொண்டே அடிகள் தம் காப்பியத்தைக் கட்டமைத்துள்ளார். பார்வையாளர்களிடையே யெழும் உள்ளத்து உணர்வுகளை அவ்வப்போது கட்டுப்படுத்தி, சமநிலையில் வைத்திருக்கும் வகையில் பல்வேறு உத்திகளைக் கட்டமைப்பிலும் இளங்கோ அடிகள் கையாள்கிறார். இனி இதற்கான ஒரு சில உதாரணங்களைக் காண்போம்.

1. கோவலனும் கண்ணகியும் கவுந்தி அடிகளுடன் மதுரை செல்லும் நீண்ட பயணத்தை, **'நாடுகாண் காதை'**, **'காடுகாண் காதை'** என இரண்டும் விவரிக்கின்றன. இங்கு 'காடுகாண் காதை'யில் கோவலன் மாதவியின் உண்மையான அன்பைப் புரிந்து கொள்வதன் மூலம் சில சிக்கல்களுக்கான முடிச்சுகள் கட்டவிழ்க்கப்படுகின்றன. இந்த நீண்ட வாசிப்பின் களைப்பைச் சற்றுக் குறைக்கும் வகையில் அடுத்ததாக **'வேட்டுவ வரி'** இடம் பெறுகிறது. கதையின் போக்கினை சற்று இடைமறித்து வேடர்களின் **'கொற்றவை வழிபாடு, சடங்குகள், அவர்கள் நிகழ்த்தும் கூத்து** என கதைக்கு அப்பால் நின்று வேடர் களின் பண்பாட்டுக் கூறுகளை ஆவணப்படுத்துவதாக

இப் பகுதி அமைகிறது. இங்கு மீண்டும் கண்ணகிக்கு நிகழ இருப்பவைகளை, தெய்வம் ஏறப்பெற்ற சாலினி கூற்றாக அமைத்திருப்பதும் ஒரு வகை நாடக உத்தியே. **'வேட்டுவ வரி'**யைக் கூத்தால் பெற்ற பெயர் என்பார் உரையாசிரியர் அடியார்க்கு நல்லார்.

2. இதற்கு இன்னொரு மிகச் சிறந்த உதாரணமாக விளங்குவது **'ஆய்ச்சியர் குரவை'**. காப்பியத்தின் உச்சகட்டத் துயர நிகழ்ச்சியான கோவலன் கொலையுண்டதை விவரிக்கும் **'கொலைக்களக் காதை'**யை அடுத்து **'ஆய்ச்சியர் குரவை', 'துன்ப மாலை', 'ஊர்சூழ் வரி'** என மூன்று அதிகாரங்கள் இடம்பெறுகின்றன. கதையின் வழிநின்று இயல்பாகப் பார்த்தால் அடுத்ததாக **'வழக்குரை காதை'** தான் வந்திருக்க வேண்டும். ஆனால், அந்தத் துயர நிகழ்வைத் தொடர்ந்து வாசகர் அல்லது பார்வையாளர்களின் மன இறுக்கத்திலிருந்து ஒரு நெகிழ்வுத் தன்மையை ஏற்படுத்தும் பொருட்டு ஆய் மகளிரின் குரவைக் கூத்தினை அங்கு காட்சிப்படுத்துகிறார். மொத்தத் துயரத்திலிருந்தும் ஒரு விடுதலையை ஏற்படுத்துகிறார். மேலும், இப்பகுதியில் தான் இசைத் தமிழின் மிகப் பெரிய செல்வமான ஏழ்பெரும் பாலைகள், வட்டப் பாலை முறையில் பெரும்பண் களைத் தோற்றுவித்தல் எனப் பல இசை இலக்கணங்களை விளக்குகிறார். இவ்வாறு கதையில் நிகழ்ந்த துயர உணர்விலிருந்து முற்றிலுமாகப் பார்வையாளனை விடுவித்து, தம் இனத்தின் பெருமைகளை உணர்ந்து பெருமிதப்படக்கூடிய ஒரு பரவச நிலைக்கு அவனை ஆட்படுத்துகிறார். இன்றளவும் இந்தியத் திரைப்படங்களில் இத்தகு உத்திகளை நிறையப் பயன்படுத்துவதை நாம் அடையாளம் காணமுடியும். துயரங்கள் நிறைந்த காட்சிக்கு இடையே, ஒரு கனவுக் காட்சி மூலம் ஒரு வண்ணமயமான ஆடல் பாடல் காட்சிகளை இடம்பெறச் செய்வார்கள் இன்றைய திரைப்பட இயக்குநர்கள். இந்த உத்திகளுக்கெல்லாம் முன்னோடியாகத் திகழ்வது சிலப்பதிகாரம் என்பது கவனத்திற்கு உரியது.

3. ஆய்ச்சியர் குரவையைத் தொடர்ந்து வரும் **'துன்ப மாலை'**யிலும், **'ஊர்சூழ் வரி'** கதை நிகழ்வுகள் மீண்டும் தொடர்கின்றன. 'துன்பமாலை'யில் கதிரோன் (சூரிய பகவான்) மூலமும்,

'ஊர்சூழ் வரி'யில் கொலையுண்ட கோவலனை உயிர்ப்பித்து அவன் கூற்றாகவும் தன் கணவன் குற்றமற்றவன் என்பதை கண்ணகி அறிந்துகொள்கிறாள். 'வழக்குரை காதை'க்கு முன் வழக்கின் தன்மையை உணர்த்துவதாகவும், அடுத்த நிகழ்வுகளுக்கான வருபொருள் உரைக்கும் உத்தியாகவும் இவை விளங்குகின்றன. காப்பியத்தில் இதுவரை அதிகம் பேசாதிருந்த தலைவி கண்ணகியை இங்கு வெகுண்டெழுந்து உரக்கப் பேச வைக்கிறார். **'வழக்குரை காதை'**யில் பாண்டியனின் மதுரை மாநகரே அதிரும் வகையில் பேசப்போகும் புதிய கண்ணகியை நமக்கு முன் நிறுத்திவிடுகிறார்.

4. துயரமும் அவலச் சுவையும் நிரம்பி வழியும் 'அழற்படு காதை'யுடன் மதுரைக் காண்டத்தை நிறைவு செய்யாது, அதனைத் தொடர்ந்து 'கட்டுரை காதை'யைப் படைக்கிறார். இதன் மூலம் பாண்டியன் குற்றம் அற்றவன் என்றும், பாண்டிய மன்னர் குலத்தினர் அறவழியில் ஆட்சி புரிபவர்கள் என்பதும் சொல்லப்படுகின்றன. மதுரையில் நிகழ்ந்த அவலங்கள் அனைத்திற்குமே முற்பிறவி வினைகளும் அவற்றின் விளைவாக எழுந்த சாபங்களுமே காரணம் என்று கண்ணகிக்கு மதுராபதி தெய்வத்தின் மூலம் கூற வைக்கிறார். மதுரையை எரி உண்டமைக்கு பாண்டியனோ, கண்ணகியோ, பிறரோ காரணம் இல்லை என்ற நிலை உருவாக்கப்படுகிறது. தேவ நிலையடைந்து விட்ட கோவலனோடு கண்ணகி விரைவில் இணைவாள் என்ற மகிழ்ச்சியான குறிப்புடன் மதுரைக் காண்டம் நிறைவுபெறுகிறது. துயர சம்பவங்கள் மிகுந்த மதுரைக் காண்டம் நிறைவடைந்து இறுதியான **'வஞ்சிக் காண்டம்'** பார்வையாளர்களின் மன அழுத்தத்தை எல்லாம் போக்கும் வண்ணம் குன்றத்துக் குறவர்கள் ஆடும் **'குரவைக் கூத்து'**டன் தொடங்குகிறது.

இவ்வாறு கதை மாந்தர்கள் அறிமுகம், காட்சி அறிமுகம் என ஏராளமான நாடக உத்திகள் பலவிடத்தும் விரவிக்கிடக்கின்றன. அடிகள் தம் உத்திகள் மூலமே உலகின் தலைசிறந்த நாடக ஆசிரியராக உயர்ந்து நிற்கிறார். 'வரந்தரு காதை'யில், **வேள்விச் சாலையின் வேந்தன் போந்தபின், யானுஞ் சென்றேன்'** (சிலப்.30:170-171) என்று தம்மையும், தம் வரலாற்றையும் அதனுடன்

இணைத்துக்கொள்கிறார் இளங்கோ அடிகள். இங்கு காதையில் வரும் **'உரைசால் பத்தினியை உயர்ந்தோர் ஏத்த'**லில் அடிகள் தமது படைப்பிற்குள் தம்மையும் ஒரு கதாபாத்திரமாகப் பங்கு பெறச் செய்யும் உத்தி வேறு எந்தப் படைப்பிலும் காண முடியாத ஒன்று. கர்ண பரம்பரைக் கதையாகப் பார்க்கப்படும் ஒரு கதையை உண்மை என்று சித்தரிப்பதன் மூலம் தம் படைப்பின் நம்பகத் தன்மையை உறுதிப்படுத்தும் முயற்சியாக இந்த உத்தியை அவதானிக்கலாம். வஞ்சிக் காண்டத்தில் இடம்பெற்றுள்ள நிகழ்ச்சிகளுக்கெல்லாம் படைப்பாளியே காப்பியத்தில் சாட்சியாக விளங்கும் தன்மை நம்மை வியப்பின் விளிம்புக்கே கொண்டு செல்லக்கூடியது. இங்கு இராமாயணக் காப்பியத்தின் படைப்பாளி வால்மீகியையும், மகாபாரதக் காப்பியத்தின் படைப்பாளி வியாசரையும் இவ்வகையில் ஒப்புநோக்கலாம். சிலம்பில் **'அரங்கேற்று காதை', 'கானல் வரி', 'ஆய்ச்சியர் குரவை'** ஆகிய அதிகாரங்கள் இளங்கோ அடிகளின் தன்னிகரற்ற முத்தமிழ் வித்தகத்திற்குத் தலைசிறந்த சான்றுகளாகத் திகழ்கின்றன. மேலும், இம் மூன்றும் முறையே இயல், இசை, நாடகம் என்னும் மூன்று தமிழ்களுக் கானவை. இம்மூன்றின் தொன்மைக்கும் தனித் தன்மைக்கும் மூலச் சான்றுகள் இங்குதான் கிடைக்கின்றன. ஆனால் 20ஆம் நூற்றாண்டின் பிற்பகுதி தொடங்கி தமிழியல் அறிஞர்கள், எழுத்தாளர்கள், ஆராய்ச்சியாளர்கள், கலைஞர்கள், ஆர்வலர்கள் என எத்தரப்பினரும் சிலம்பினை முழுவதுமாகக் கற்று, அதன் கலை, இலக்கியச் செழுமைகளை அனுபவித்து இன்புற எத்தனிக்கவில்லை என்பது வருந்தத்தக்க உண்மையாகும்.

★★★

8. உருவாக யாழும் அருவாக ஊழும்

முதன்மைப் பாத்திரங்களான கண்ணகி, கோவலன், மாதவி ஆகிய மூவருடன் காப்பியம் முழுவதும் அதிகமாகப் பின்தொடர்ந்து செல்பவையாகவும் இரண்டறக் கலந்தவையாகவும் யாழும் ஊழும் இடம் பெறுகின்றன. உரு என்பது நம் கண்ணிற்குத் தெரிகின்ற உருவம்; அரு என்பது நம் கண்ணிற்குப் புலப்படாது உய்த்து உணரக்கூடிய ஒரு பொருள். இக்காப்பியத்தில் யாழ் உருவமாகவும் *(visible Character)*, ஊழ் அருவமாகவும் *(invisible Character)* இரண்டு கதாபாத்திரங்களாக வலிமையுடன் உலவுகின்றன. எனவே, முதன்மைக் கதை மாந்தர்களான கண்ணகி, கோவலன், மாதவி எனும் மூவருடனும் யாழ், ஊழ் என்ற இரண்டும் தவிர்க்க இயலாதவாறு துணைப் பாத்திரங்களாகச் செயல்பட்டு கதையை நகர்த்திச் செல்கின்றன. காப்பியத்தில் ஊழ் நிறைவேற்ற வேண்டிய பணிகளுக்குத் துணைபுரியும் கருவிகளாக யாழும் சிலம்பும் செயல்படுகின்றன. கோவலன் மாதவிக்கு இடையே யாழும், கோவலன் கண்ணகிக்கு இடையே சிலம்பும் உறவாடுகின்றன. இன்னும் ஒரு வகையில் மாதவிக்குக் குறியீடாக யாழும், கண்ணகிக்குக் குறியீடாக சிலம்பும் கொள்ளத்தக்கவை. கோவலன் மாதவியைப் பிரிவதற்கு யாழும் கண்ணகியைப் பிரிவதற்குச் சிலம்பும் கருவிகளாகின்றன. கண்ணுக்குப் புலப்படுகின்ற இவ்விரு கருவிகளையும் இயக்கிய பாத்திரம் அருவமான ஊழ் என்பதே காப்பியத்திலிருந்து நாம் பெறுகின்ற செய்தி.

உருவாக யாழ்:

தமிழ் இலக்கிய வரலாற்றில் சங்க இலக்கியங்கள் தொடங்கி, கம்ப ராமாயணம், பெரியபுராணம் ஈறாக 'யாழ்' எனும் பழந்தமிழ் இசைக்கருவி இடம்பெறாத நூல்களே இல்லை. இதன் மூலம் பழந்தமிழர் வாழ்வின் ஓர் அங்கமாக யாழ் என்னும் இசைக் கருவி இரண்டறக் கலந்திருந்த உண்மை புலப்படும். இவ்வகையில், சங்கம் மருவிய காலத்தைச் சார்ந்த காப்பியமான சிலப்பதிகாரத்தில் யாழ், யாழிசை, யாழாசிரியன் பற்றி யெல்லாம் இலக்கண நுணுக்கங்களுடன் விரிவான விளக்கங்கள் இடம்பெற்றிருப்பதை நாம் புரிந்துகொள்ள வேண்டும். மொத்தம் 30 அதிகாரங்களைக் கொண்ட நூலில் 27 அதிகாரங்களில் யாழ் இடம்பெறுகிறது. காப்பியத்தின் தொடக்கத்திலிருந்து **நடுகற் காதை** வரை யாழ் இடம்பெறுகிறது. மதுரை நகர் தீக்கிரை யாகும் காட்சியில் கூட யாழ் பற்றிய குறிப்பு வருவது கவனத்திற்குரியது. இதற்கு உறுதியாக இளங்கோ அடிகளுக்கு ஒரு நோக்கம் இருந்திருக்க வேண்டும். உற்று நோக்கினால் சிலம்பில் 'யாழ்' என்பது ஓர் இசைக் கருவியாக மட்டுமின்றி, கோவலன், மாதவி இருவருடனும் தொடர்ந்து பயணிக்கின்ற ஒரு கதாபாத்திரமாகவே உருவாக்கப் பட்டிருப்பதை உணர்ந்துகொள்ள இயலும். அடிகள் யாழையும் ஒரு பாத்திரமாகவே முன்னிறுத்துகிறார் என்பதற்கான சான்றுகளை இனிக் காண்போம்.

மனையறம் படுத்த காதை யில் கோவலன் கண்ணகியைப் பாராட்டுதல்:

> **குழலும் யாழும் அமிழ்தும் குழைத்தநின்**
> **மழலைக் கிளவிக்கு வருந்தின ஆகியும்**
> **மடநடை மாது! (58 - 60)**
> **யாழிடைப் பிறவா இசையே என்கோ? (79)**

இங்கு முதலில் வரும் யாழ் கண்ணகியின் மொழி இனிமைக்கு உவமையாகிறது. அடுத்து, யாழிலிருந்து பிறவாத இசை என்றவிடத்து யாழ் கண்ணகியிலிருந்து அந்நியமாகிறது. இதற்கு முன் கண்ணகியை **மலையிடைப் பிறவா மணியே**(77) என்றும், **அலையிடைப் பிறவா அமிழ்தே** (78) என்றும் புகழ்ந்து பாடுகிறான். இந்த இயற்கைக்கு மாறான உவமைகள் கண்ணகி குறித்த வேறு

சில ஊகங்களுக்கும் இடமளிக்கின்றன. இது வருபொருள் ஒன்றைக் குறிப்பால் மறைபொருளாக உரைக்கும் உத்தி.

தொடர்ந்து காப்பியத்தில் யாழின் முக்கியத்துவத்தை உணர முற்படுவோம். கண்ணகியுடன் இணைத்து யாழ் எங்குமே பேசப்படவில்லை என்பதும் கவனத்திற் குரியது. உவமையில் கூட யாழிலிருந்து பிறவாத இசை என்றதன் மூலம் கண்ணகியிட மிருந்து யாழ் அந்நியப்பட்டு நிற்கிறது. ஆனால் பெரும்பாலும் கோவலன், மாதவி ஆகிய இருவரும் இடம்பெறும் பகுதிகளில் எல்லாம் யாழ் பற்றிய குறிப்பும் இடம்பெறுகிறது. இதன் வழி கோவலன் மாதவி இருவரையும் இணைக்கும் பாத்திரமாக யாழினை நாம் உணர முடிகிறது.

அரங்கேற்று காதை :

மாதவி அரங்கேறத் தொடங்கு முன் அரங்கில் இசை முழக்கப்படுகிறது. இசைக் கருவிகள் எல்லாம் ஒன்று கூடி இசை முழங்க, மாதவி அரங்கில் ஆடத் தொடங்குகிறாள்.

கூடிய குயிலுவக் கருவிகள் எல்லாம்
குழல்வழி நின்றது யாழே; யாழ்வழித்
தண்ணுமை நின்றது தகவே; .... *(138 -140)*
பொன்னியல் பூங்கொடி புரிந்துடன் வகுத்தென
நாட்டிய நன்னூல் நன்கு கடைப்பிடித்துக்
காட்டினள் ஆதலின் .... *(157 - 159)*

இவ்விடத்தும் மாதவியின் வருகைக்கு முன் யாழிசை குறிக்கப்படுவது நோக்கற்பாலது.

இந்திர விழவூரெடுத்த காதை :

மிகவும் கோலாகலமாக நிகழ இருக்கும் இந்திர விழாவிற்காக விழாக்கோலம் கொண்ட புகார் நகரின் அழகிய அமைப்பையும், அங்கு நடைபெறும் விழா நிகழ்வுகளையும் வர்ணிக்கும் பகுதி இது.

குழலினும் யாழினும், குரல் முதல் ஏழும்,
வழு இன்றி இசைத்து, வழித் திறம் காட்டும்
அரும் பெறல் மரபின் பெரும்பாண் இருக்கையும்; *(35-37)*

கண்ணுளாளர், கருவிக் குயிலுவர்,
பண் யாழ்ப் புலவர், பாடல் பாணரொடு,
எண்-அரும் சிறப்பின் இசை சிறந்து ஒருபால்- *(184-186)*
பண் மொழி நரம்பின் திவவு யாழ் மிழற்றி,
பெண்மையில் திரியும் பெற்றியும் உண்டு! *(222, 223)*

இப்பகுதிகளில் பெரும்பாணர்கள் வசிக்கும் குடியிருப்பு பற்றியும், பாணர் முதலான இசை கலைஞர்கள் பலரும் ஆங்காங்கே தங்கள் இசைப் புலமையைக் காட்டும் வண்ணம் இசை நிகழ்ச்சிகளை வழங்கிக் கொண்டிருக்கும் மாண்புகள் பற்றியும் விளக்கப் படுகின்றன.

விழாவில் களித்து மகிழ்ந்துகொண்டிருக்கும் மாதவி, கோவலன் பற்றிய குறிப்புகள் முக்கியத்துவம் உடையவை.

விழவுக்களி சிறந்த வியலுள் ஆங்கண்
காதல் கொழுநனைப் பிரிந்து அலர் எய்தா
மாதர்க் கொடுங்குழை மாதவி தன்னொடு *(188 - 190)*
குரல்வாய்ப் பாணரொடு நகரப் பரத்தரொடு
திரிதரு மரபிற் கோவலன் போல
இளிவாய் வண்டினொடு இன்னிள வேனிலொடு
மலய மாருதம் திரிதரு மறுகில் *(200, 203)*

இவ்விடத்து, கணவனைப் பிரிந்து பழிச்சொல் எய்தாத மாதவி என்றும், பண்ணிசைக்கும் பாணரோடும், நகரில் வாழும் பரத்தையரோடும் களித்துத் திரியும் கோவலன் என்றும் குறிப்பிடப்படுவது மிகுந்த கவனத்திற்கு உரியது. இங்கு, "கண்ணகி அலர் எய்தியதால், மாதவி அலர் எய்தவில்லை என்றும், மாதவி சிலேடையாக இங்கு குருக்கத்தி மலருமாம்" என்று அரும்பத உரை விளக்குகிறது. கோவலனுக்கு உவமையாகத் தென்றல் காற்று கூறப்படுகிறது. அந்த வீதியில் கோவலன் திரிந்துகொண்டிருப்பது போல தென்றலும் திரிகின்றது என்பது உவமையின் பொருள். இது மிகவும் ஆழமான உட்பொருள் கொண்டது. இங்கு கோவலனின் மற்றொரு முகம் காட்டப்படுகிறது. பாணரும் பரத்தையரும் கோவலனுக்கு மிகவும் விருப்பமானவர்கள். அவர்களுக்குத்

தென்றலைப் போல சுகத்தை யளிப்பவன் கோவலன் என்பது உட்பொருள். யாழ் பாணர்களுக்கானது. "அலரெய்தா மாதவி" என்றது விரைவில் காதல் கொழுநனைப் பிரியப் போகிறாள் என்று வருபொருள் உரைக்கும் உத்தி. இதனை உணர்த்தும் வகையில்,

கண்ணகி கருங்கணும் மாதவி செங்கணும்
உள்நிறை கரந்துஅகத்து ஒளித்துநீர் உகுத்தன
எண்ணுமுறை இடத்தினும் வலத்தினும் துடித்தன
விண்ணவர் கோமான் விழவுநாள் அகத்து என். *(237-240)*

என்று இக்காதை நிறைவடைகிறது. பாடலுக்கான விளக்கம் முன்னரே தரப்பட்டுள்ளது.

கடலாடு காதை :

இங்கும் இந்திர விழா நிகழ்ச்சிகள் தொடர்கின்றன. மாதவியின் முற்பிறவி (பூர்வ ஜன்ம)க் கதையை விஞ்சையன் தன் மனைவிக்குச் சொல்வதாகக் 'கடலாடு காதை' தொடங்குகிறது. இது குறித்து முன்னரே விளக்கப்பட்டுள்ளது.

நாரதன் வீணை நயம் தெரி பாடலும்,
தோரிய மடந்தை வாரம் பாடலும்,
ஆயிரம் கண்ணோன் செவிஅகம் நிறைய
நாடகம் உருப்பசி நல்காள் ஆகி,
மங்கலம் இழப்ப வீணை," மண்மிசைத்
தங்குக இவள்" எனச் சாபம் பெற்ற
மங்கை மாதவி வழிமுதல் தோன்றிய, *(18 - 24)*

'நாரதன் வீணை நயம்தெரி பாடலும்' - யாழாசிரியன் ஆகிய நாரத முனிவன் இசையின்பம் விளங்கப்பாடும் பாடலும் என்பது நாட்டார் உரை. எனவே இங்கு, **'வீணை'** என்றது **'யாழ்'** என்றே பொருள்படும்.

இப்பகுதி அரங்கேற்று காதையின் தொடர்ச்சியாக அமைகிறது. *(விளக்கம் காண்க. அடியார்க்குநல்லார் உரை: 18- 25)*

விழாவின் ஒருபகுதியாக மாதவி ஆடும் பதினொரு வகை ஆடல்கள்(கூத்துகள்) பற்றி விவரிக்கப்படுகின்றன. பொதுமக்கள்

காணும்படி மாதவி நாட்டியம் ஆடியதை கோவலன் விரும்பாது அவளுடன் ஊடல் கொள்கிறான் என்பதை,

ஊடல் கோலமோடு இருந்தோன் உவப்ப; *(75)*

என்று குறிப்பிடுகிறார் ஆசிரியர்.

அவனுடைய ஊடலைப் போக்கி அவனை மகிழ்வித்தாள் மாதவி என்பதைப் பின்வரும் அடிகள் புலப்படுத்துகின்றன.

கூடலும் ஊடலும் கோவலற்கு அளித்து,
பாடு அமை சேக்கைப் பள்ளியுள் இருந்தோள் *(109, 110)*
. . . . வசந்த மாலை கைத்
திருந்துகோல் நல்லியாழ் செவ்வனம் வாங்கிக்
கோவலன் தன்னொடும் கொள்கையின் இருந்தனள்
மாமலர் நெடுங்கண் மாதவி தானென். *(171 - 174)*

அவனுக்குக் கூடலை அளித்து அவனுடன் பள்ளிகொண்ட மாதவி, தோழி வசந்தமாலை கையிலிருந்த யாழை வாங்கிக் கொண்டு கோவலன் அருகில் யாழுடன் அமர்ந்தாள் என்று காதை நிறைவுறுகிறது. "திருந்துகோல் நல்லி யாழ்' - இன்பத்தை விளைத்தற்குக் காரணமாகிய கோலை உடைய யாழ்; எனவே மேல் துன்பத்தை விளைவிக்கும் என்பது கருத்து" என்று பொருள் உரைக்கிறார் அடியார்க்கு நல்லார். இதுவும் ஓர் உள்ளுறைப் பொருளே. **கோவலன் ஊடல் நீக்கவும் அவனை மகிழ்விக்கவும் மாதவி கையில் எடுத்த யாழ் தான் கானல் வரியில் ஊழின் கருவியாக மாறி இவர்கள் இருவரின் பிரிவுக்கும் காரணமாகிறது.** இதன் மூலம் மீண்டும் கோவலன், மாதவி இருவருடனான யாழின் பிணைப்பு இங்கு உறுதிப்படுகிறது.

கானல் வரி :

மொத்தம் 30 அதிகாரங்களைக் கொண்ட காப்பியத்தில் கானல் வரி மட்டுமே நான்கு கட்டுரைகளையும் 48 வரிப்பாடல்களையும் கொண்டு தனிச் சிறப்புடன் அமைந்துள்ளது. எனவே தான் பதிகவுரையில் அடியார்க்கு நல்லார் இதனை, "கழிக்கான லிடத்து யாழ்ப்பாட்டு நிகழ்த்திய கானல் வரி" என்றும், இஃது இசைப்பாவால் பெற்ற பெயர்" என்றும் விளக்குகிறார்.

முன்னரே கூறியுள்ளபடி 'கானல் வரி' யில் தான் கதையில் மிகப்பெரிய திருப்பு முனை நிகழ்கிறது. இந்த திருப்பு முனையை ஏற்படுத்துகின்ற பாத்திரங்களாக யாழும் ஊழும் அமைகின்றன. யாழில் தொடங்கும் கானல் வரி ஊழில் நிறைவடைகிறது. இது யாழ் குறித்த பகுதி யாதலால் இங்கு ஊழை நீக்கி யாழ் மட்டும் விளக்கம் பெறுகிறது.

கட்டுரை

சித்திரப் படத்துள் புக்கு, செழுங் கோட்டின் மலர் புனைந்து,
மைத் தடங் கண் மண மகளிர் கோலம் போல் வனப்பு எய்தி,
பத்தரும், கோடும், ஆணியும், நரம்பும் என்று
இத் திறத்துக் குற்றம் நீங்கிய யாழ் கையில் தொழுது வாங்கி
(1 - 4)

ஏவலன் பின் பாணி யாதெனக்
கோவலன் கையாழ் நீட்ட அவனும்
காவிரியை நோக்கினவும் கடற்கானல் வரிப் பாணியும்
மாதவிதன் மனமகிழ வாசித்தல் தொடங்குமன். *(17 - 20)*

மாதவி குற்றமற்ற அழகிய யாழினைத் தொழுது வாங்கி இசைக்க முற்படும்போது அவள் மனம் மகிழ கோவலன் அந்த யாழினை வாங்கி வாசிக்கத் தொடங்கினான் என்ற செய்தியுடன் முதல் கட்டுரை நிறைவுறுகிறது.

தொடர்ந்து யாழிசைத்துக்கொண்டே கோவலன் காவிரியை நோக்கி பல்வகை வரிப் பாடல்களைப் பாடுகிறான்.

கட்டுரை

கலவியால் மகிழ்ந்தாள் போல் புலவியால் யாழ்வாங்கி....
(24 : 3)

கலத்தொடு புணர்ந் தமைந்த கண்டத்தால் பாடத்தொடங்குமன்.
(24 : 6)

(கலம் = யாழ்; கண்டம் = குரல்)

கோவலனிடமிருந்து வாங்கிய யாழை மாதவி இசைத்துக்கொண்டே அவளும் பாடத் தொடங்கினாள் என்பதை இரண்டாவது கட்டுரை*(24)* அறிவிக்கிறது.

கட்டுரை

யாழிசை மேல் வைத்து, தன் ஊழ்வினை வந்து உருத்தது ஆகலின் *(52 : 4)*

என்று நிறைவுப் பகுதியாக அமையும் நான்காவது கட்டுரை *(52)* யாழினை வைத்து ஊழ் தன் நோக்கத்தை நிறைவேற்றிக் கொண்டதைக் கூறுகிறது.

மூன்றாவது கட்டுரை *(47)* மாதவி இசை நுணுக்கங்களில் ஒன்றான பண்ணுப் பெயர்த்தல் செய்வதைக் குறிப்பிடுகிறது. இங்கு யாழ் எனும் சொல் காணப்படவில்லை.

இங்கு கட்டுரைகள் மட்டுமின்றி பாடல்களும் ஊழோடு பிணைக்கப்பட்டிருக்கின்றன. இதற்குப் பிறகு காப்பியத்தில் இருவரும் சந்திக்கவேயில்லை. நாடக உத்திகள் உச்சம் பெற்ற பகுதி கானல் வரி ஆகும்.

வேனிற்காதை :

அதிரா மரபின் யாழ் கை வாங்கி,
மதுர கீதம் பாடினள், மயங்கி *(23, 24)*

இதற்கான விளக்கம் ஊழ் குறித்த பகுதியில் தரப்படுகிறது. கானல் வரியில் கோவலன், மாதவி இடையே ஏற்பட்ட பிரிவு , வேனிற் காதையில் நிரந்தரமான பிரிவாகிறது.

நாடுகாண் காதை :

கட்டுரை

அணைவுறக் கிடந்த யாழின் தொகுதியும்,
ஈர்-ஏழ் சகோடமும், இடைநிலைப் பாலையும், *(13, 14)*

யாழின் தொகுதி என்றது யாழின் உறுப்புகளையும், சகோடம் என்றது யாழின் பெயரையும் குறிக்கும். புகார் காண்டத்தின் நிறைவுரையாக அமைந்துள்ள இக்கட்டுரைப் பகுதியிலும் யாழ் பற்றிய குறிப்புகள் இடம்பெற்றிருக்கும் பாங்கு நம் கவனத்திற்கு உரியது.

புறஞ்சேரி இறுத்த காதை :

ஆடு இயல் கொள்கை அந்தரி கோலம்
பாடும் பாணரில் பாங்குறச் சேர்ந்து,
செந்திறம் புரிந்த செங்கோட்டு யாழில்,
தந்திரிகரத்தொடு திவவு உறுத்து யாஅத்து, *(104 - 107)*

கோவலன், மாதவி பிரிந்த ஒரு நீண்ட இடைவெளிக்குப் பின், மீண்டும் கோவலனுடன் யாழ் இணைகிறது. கோசிகமாணியின் மூலம் மாதவி குற்றமற்றவள் என்று அறிந்து அவளுடைய நினைவுகள் நிறைந்த மன நிலையில் உள்ள கோவலனுடன் யாழ் இணைகிறது என்பது ஈண்டு உற்று நோக்கத் தக்கது. இங்கு கோவலனுடைய உள்ளத்தில் குடியிருக்கிறாள் மாதவி என்பது உட்குறிப்பு.

அழற்படு காதை :

நாஞ்சிலம் படையும் வாய்ந்துஉறை துலாமும்
சூழொளித் தாலும் யாழும் ஏந்தி *(80 - 81)*
தண்ணுமை முழவும் தாழ்தரு தீங்குழல்
பண்ணுக் கிளை பயிரும் பண்ணியாழ்ப் பாணியொடு
நாடக மடந்தையர் ஆடுஅரங்கு இழந்தாங்கு
எந்நாட் டாள்கொல் யார்மகள் கொல்லோ *(140 - 143)*

கோவலன் கொலை யுண்டதன் விளைவாக கண்ணகியின் சீற்றத்தால் மதுரை தீக்கிரை யாவதுடன் யாழின் பணியும் காப்பியத்தில் முடிவுக்கு வருகிறது.

நடுகல் காதை :

மண் கணை முழவும், வணர் கோட்டு யாழும்,
பண் கனி பாடலும், பரந்தன, ஒருசார்; *(55, 56)*

ஆயினும், வஞ்சிக் காண்டத்தில் நடுகல் காதையிலும் 'யாழ்' பேசப்பட்ட போதிலும் அது ஒரு காட்சி வர்ணனையாக மட்டுமே அமைகிறது.

★★★

அருவமாக ஊழ் :

சிலப்பதிகாரத்தில் வலிமை மிகு பாத்திரமாக ஊழ்வினையை ஆசிரியர் படைத் திருக்கிறார். முக்கியமான நிகழ்வுகளில் கதை மாந்தர்களின் தவறான செயல்பாடுகளுக்கு எல்லாம் ஊழ் அல்லது ஊழ்வினையே காரணம் என்று சொல்லி தம் காப்பிய மாந்தர்கள் அனைவரையுமே குற்றமற்றவர்கள் என்று நிலைநிறுத்துகிறார் ஆசிரியர். சிலவிடங்களில் ஊழ்வினை என்ற சொல்லுக்கு மாற்றாக முன்வினை, முற்பிறவி வினை, சாபம் முதலான பிற சொற்கள் பயன்படுத்தப்படுகின்றன. இதனைப் பாத்திரப் படைப்புக்கான ஓர் உத்தி என முன்னரே விளக்கியுள்ளோம். கோவலன், மாதவி இருவரின் உறவுக்குப் பாலமாகத் திகழும் யாழையே ஒரு கருவியாகக் கொண்டு ஊழ் செயல்பட்டு அவர்களை நிரந்தரமாகப் பிரித்து விடுகிறது. இதனை விளக்கும் பகுதியாக, 'கானல்வரி'யும், உறுதிப்படுத்துகின்ற பகுதியாக, 'வேனில் காதை'யும் விளங்குகின்றன. இதேபோன்று கோவலன், கண்ணகி இருவர் உறவுக்கு அடையாளமாகத் திகழும் சிலம்பினை ஒரு கருவியாகக் கொண்டு ஊழ் செயல்பட்டு அவர்களை நிரந்தரமாகப் பிரித்து விடுகிறது.

இவ்விடத்து,

> **சூழ்வினைச் சிலம்பு காரண மாகச்**
> **சிலப்பதி காரம் என்னும் பெயரால்**
> **நாட்டுதும் யாம்ஓர் பாட்டுடைச் செய்யுள்....** *(58 - 60)*

என்னும் பதிக வரிகளை நினைவுகூர்தல் பொருத்தம் ஆகும். 'சூழ்வினைச் சிலம்பு' என்றவிடத்து, 'சூழ்வினை' என்பது சூழ்ந்த சிற்பத் தொழில் என்று அரும்பத உரை பொருள் தருகிறது. அடியார்க்குநல்லார் உரையில் இதற்குத் தனியாக விளக்கம் எதுவும் இல்லாத நிலையில் 'வினை' = 'தொழில்' என்று பதவுரை மட்டுமே தரப்பட்டுள்ளது. பிற்கால உரை ஆசிரியர்களும் அரும்பத உரையைத் தழுவியே, 'சூழ்வினைச் சிலம்பு' என்றது, 'சிற்ப வேலைப்பாடு அமைந்த சிலம்பு' என்றே பொருள் தந்துள்ளனர். ஆனால், இங்கும் அடிகள் 'வினை' என்ற சொல்லை தொழில் என்ற பொருளில் மட்டுமின்றி, உள்ளுறைப் பொருள் தருவதாகவே கையாள்கிறார் என்பது இந் நூல் ஆசிரியரின் கருத்து. ஆகவே

தான், "சூழ்வினைச் சிலம்பு காரணமாகச் சிலப்பதிகாரம் என்னும் பெயர்" என்று சிலம்பின் முக்கியத்துவத்தை பதிகம் கூறுகிறது. மேலும்,

ஊழ்வினை யுருத்துவந் தூட்டு மென்பதூஉம்

சூழ்வினைச் சிலம்பு காரண மாக..... *(பதிகம். 57, 58)*

இங்கு ஊழ்வினை, சூழ்வினை என்றது வெறும் எதுகை, மோனைக்காகவும் ஓசை நயத் துக்காகவும் கையாளப்பட்டிருப்பதாகக் கருத இயலாது. இளங்கோ அடிகள் போன்ற ஒரு மாபெரும் படைப்பாளி உள்ளுறைப் பொருளும் நுட்பமும் இன்றி, புறப் பொருளை மட்டும் தரக்கூடிய வகையில் இச் சொல்லாட்சியைக் கையாண்டிருக்க வாய்ப்பில்லை. எனவே, இது குறித்து அறிஞர்கள் மேலும் சிந்திக்க வேண்டியுள்ளது.

கண்ணகி பற்றிய நாட்டார் கதைகளில் அவள் காற் சிலம்பு பற்றிய தொன்மங்களும் உண்டு. விரிவு அஞ்சி, அவற்றுள் ஒன்று மட்டும் இங்கு சொல்லப்படுகிறது. "கண்ணகி பிறக்கும்போதே கால்களில் சிலம்புகளுடன் பிறந்தவள். அவை அவ்வப்போது கழற்றி அணிந்துகொள்ளுமாறு ஆணிகளுடன் அமைந்தவை அல்ல. எனவே அவற்றைக் கால்களிலிருந்து எளிதில் அகற்ற இயலாது. அவள் கால்களில் நிரந்தரமாக இருப்பவை. கோவலன் ஒரு சிலம்பை மட்டும் மதுரையில் விற்று வருவதற்காக வேண்டி கண்ணகியிடம் கேட்கிறான். இறையருளால் அவள் ஒரு காலிலிருந்து சிலம்பினை அகற்றுகிறாள். அப்போது வானில் ஒரு அசரீரி எழுந்து, "மதுரை நகருக்கு அதனை எடுத்துச் சென்றால் துன்பம் விளையும்" என்று கூறுகிறது. ஆனால் அதைப் பொருட்படுத்தாது கோவலன் சென்று இழிவுபட்டு இறக்கிறான்." பிறக்கும் போதே கண்ணகி காற்சிலம்புடனும், மாதவி கழுத்தில் பொன்னுரு மாலையுடனும் தோன்றியவர்கள் என்பது நாட்டார் கதைகள் வழிப்பெறும் தொன்மம் ஆகும். (காண்க: சங்கரதாஸ் சுவாமிகள் நாடகம். கோவலன் சரித்திரம். 2008. அரிமளம் சு.பத்மநாபன். தொ.ஆ.)

முன்னரே கூறியுள்ள வண்ணம் இளங்கோ அடிகள் காப்பியப் படைப்பின் போது கோவலன், கண்ணகி தொடர்பான கர்ண பரம்பரைக் கதைகளின் சாரங்களையும் மனதில் கொண்டே, பல உள்ளுறைப் பொருள்களைத் தேவையான இடங்களில்

பதிவிட்டுள்ளதைக் காண முடிகிறது. எனவே, 'சூழ்வினைச் சிலம்பு' என்பதும் மிகவும் பொருள் பொதிந்த சொல்லாட்சியாகவே நோக்கத் தகுந்தது.

கோவலன், மாதவி இருவரின் பிரிவுக்கு யாழையும், கோவலன், கண்ணகி இருவரின் பிரிவிற்கு சிலம்பையும் கருவிகளாகக் கொண்டு ஊழ் அருவமாக இருந்து செயல்பட்டதாகவே காப்பியம் நமக்கு உணர்த்துகிறது.

முப்பது அதிகாரங்களில் அமைந்த சிலம்பில் ஏழாம் பகுதியான 'கானல்வரி' மிகவும் முக்கியத்துவம் வாய்ந்தது. இங்கு தான் நாடகக் கதையில் முக்கியமான திருப்பம் நிகழ்கின்றது.கடற்கரையில் இருவரும் யாழிசைத்து, கானல்வரி பாடிய மாலைப் பொழுதில் தான் கோவலன் மாதவி இருவரும் நிரந்தரமாகப் பிரிகின்றனர். காப்பியத்தில் அதற்குப் பின்னர் நிகழ்கின்ற அனைத்து துன்பங்களும் அப் பிரிவின் தொடர் விளைவுகளே என்பதில் ஐயமில்லை. அவர்கள் பிரிவுக்கான காரணம் ஊழ்வினையே என்பதை, ஆசிரியர் தம் கூற்றாகவே அழுத்தம் திருத்தமாகக் குறிப்பிடுகிறார்.

யாழ்-இசைமேல் வந்து உருத்த ஊழ்வினை:

கோவலன், மாதவி இருவரின் பிரிவிற்கு ஊழ் வினை மட்டுமே காரணம் என்று உறுதிப்படுத்தும் நோக்கிலேயே, அடிகள் 'கானல் வரி', 'வேனில் காதை' ஆகிய இரண்டு பகுதிகளையும் இசை நுட்பத்துடன் கட்டமைக்கிறார்.

யாழிசையில் பெரும் புலமை பெற்ற மாதவி யாழில் பண்ணை இசைக்கும் போது பகைச் சுரத்தில் அவளுடைய மணிக்காந்தள் மெல்விரல்கள் பட்டுப் பிழையாக வாசிக்கிறாள். அவ்வாறு நிகழ்தற்கு ஊழ்வினை தவிர வேறு காரணம் இருக்க இயலாது என்பதே ஆசிரியர் தரும் நுட்பமான உட்குறிப்பு. மாதவி போன்ற ஒருவருக்கு மனநிலை பிறழ்ந்தால் ஒழிய இவ்வாறு இசையில் பிழைபட வாய்ப்பே இல்லை என்ற காரணத்தால் தான் இசையில் வல்லவனான கோவலன், 'அவள் மாயப் பொய் பலகூட்டும் மாயத்தாள், வேறொன்றின் மேல் மனம் வைத்தாள்' என்று முடிவுசெய்து அவளைப் பிரிந்து செல்கிறான். கோவலனின் ஊழ்வினையே மாதவியின் யாழ் மீட்டிய மெல்லிய விரல்களின்

மீது அமர்ந்து பகை நரம்பைத் (பகைச் சுரம் / அபஸ்வரம்) தொட்டது; ஆகவே, 'யாழிசைமேல் வைத்துத்தன் ஊழ்வினைவந்து உருத்தது' என்றார். அதுவே உள்ளுறைப் பொருளாகச் சொல்லப் பட்ட ஆசிரியர் கூற்று. இனி, இதற்கான சான்றுகளை முதலில் கானல் வரியில் காண்போம்.

ஊழின் வலிமையை உலகிற்கு எடுத்துக்காட்டும் வகையிலும், வேறு எங்கும் எவரிடத்தும் குற்றம் நிகழவில்லை என்பதை உறுதிப்படுத்தவும், மிகவும் நுணுக்கமாக ஆராய்ந்து காட்சிகளைக் கட்டமைக்கிறார். நான்கு கட்டுரைகளையும் 48 வரிப் பாடல்களையும் கொண்டு ஊழ்வினையின் வலிமையை நிறுவிக்காட்டுகிறார். யாழிசையில் தொடங்கி யாழிசையிலேயே நிறைவடையும் கானல் வரிக்கு ஊழின் வலிமையே கருப் பொருளாக அமைகிறது.

1. அடிப்படையில் கோவலனும் மாதவியும் யாழிசையில் மிகுந்த தேர்ச்சியும் ஆர்வமும் உடைய கலைஞர்கள்; அவர்கள் இருவரும் புறத்தோற்றத்தால் மட்டுமின்றி, கலை உள்ளங்களாலும் ஒருவரால் ஒருவர் ஈர்க்கப்பட்டவர்கள்; காப்பியத் தலைமை மாந்தர்க்குரிய இலக்கணத்தோடு பொருந்தியவர்கள்.

2. கோவலனும் மாதவியும் இசைக்கும் யாழில் எத்தகைய குற்றமும் இல்லை.

> **சித்திரப் படத்துள்புக்குச் செழுங்கோட்டின் மலர்புனைந்து**
> **மைத்தடங்கண் மணமகளிர் கோலம்போல் வனப்பெய்தி**
> **பத்தரும், கோடும், ஆணியும், நரம்பும் என்று**
> **இத் திறத்துக் குற்றம் நீங்கிய யாழ் கையில் தொழுது வாங்கி** (1 - 4)

என்று யாழ் பற்றிய வருணனையோடு தொடங்கி, யாழின் குற்றம் ஏதுமில்லை என்பதை உறுதி செய்கிறது. கானல் வரியின் முதற் பாடலிலேயே 'யாழ்கையில் தொழுது வாங்கி' என்றது "கதைத்தொடர்பு அறிவித்தற்கும், யாழின் அலங்காரம் கூறுதற்குமென்க" என்று அரும்பதவுரை விளக்கம் தருகிறது.

3. யாழிசையில் புலமைமிக்க மாதவி யாழை இசைப்பதற்கு ஏற்றவாறு துல்லியமாக சுருதி சேர்க்கிறாள்.

பண்ணல் பரிவட்டணை ஆராய்தல் தைவரல்
கண்ணிய செலவு விளையாட்டுக் கையூழ்
நண்ணிய குறும்போக்கு என்று நாட்டிய
எண்வகையால் இசையெழீஇப்
பண்வகையால் பரிவு தீர்ந்து
மரகதமணித் தாள்செறிந்த மணிக்காந்தள் மெல்விரல்கள்
பயிர்வண்டின் கிளைபோலப் பல்நரம்பின் மிசைப்படர
வார்தல் வடித்தல் உந்தல் உறழ்தல்
சீருடன் உருட்டல் தெருட்டல் அள்ளல்
ஏருடைப் பட்டடையென இசையோர் வகுத்த
எட்டு வகையின் இசைக்கர ணத்து
பட்ட வகைதன் செவியின் ஓர்த்து *(கானல் வரி : 1 : 1 – 16)*

எட்டு வகை இசைத் தொழில்களிலும், எட்டு வகை இசைக் கரணங்களிலும் நன்கு தேர்ச்சி பெற்ற மாதவி, அவ்விதிகளைப் பின்பற்றி அக் குற்றமற்ற யாழினை இசைப்பதற்கு ஏற்ற வாறு சுருதி கூட்டினாள். இவ்வாறு இசைத் தொழில்களைப் புரியும் அவள் விரல்களோ காந்தள் மலர்கள் போன்ற மென்மையானவை. பாடுகின்ற வண்டினம் போல மாதவியின் விரல்கள் நேர்த்தியாக யாழின் நரம்புகள் மீது படர்ந்தன என்பது பொருள்.

இதுகாறும் கூறியனவற்றால் யாழ், அதனை இசைப்பதற்காக சுருதி கூட்டிய முறை, இசைப்போரின் ஆற்றல் ஆகியவற்றில் எத்தகைய குற்றமோ குறையோ இல்லை என்று கட்டுரையில் உறுதிசெய்யப்படுகிறது.

ஆனாலும் ஊழ் தன்னுடைய பணியைத் தொடங்கிவிட்டதாக ஒரு உட்குறிப்பு கட்டுரையில் கானப்படுகிறது..

ஏவலன் பின் பாணி யாதெனக்
கோவலன் கையாழ் நீட்ட அவனும்
காவிரியை நோக்கினவும் கடற்கானல் வரிப் பாணியும்
மாதவிதன் மனமகிழ வாசித்தல் தொடங்குமன். *(17–20)*

சுருதி சேர்த்த யாழை மாதவி வாசித்திருக்க வேண்டும்; ஆனால்,

கோவலன் மாதவியை மனம் மகிழச் செய்யும் நோக்கில் யாழைக் கேட்டுப் பெற்று வாசிக்கத் தொடங்கினான் என்று கட்டுரை முடிகிறது. யாழை இசைத்துக் கொண்டு அவன் காவிரியை நோக்கி 22 வரிப் பாடல்களைப் பாடுகிறான்; பாடல்களைக் கேட்டு மகிழ்ச்சி அடைய வேண்டிய மாதவி, அவன் மீது சந்தேகப்படுகிறாள். இங்கு தோன்றும் கருத்து முரண் என்பதே ஓர் உட்குறிப்பாக அமைகிறது.

இந்த முரண் இரண்டாவது கட்டுரையில் தெளிவாக வெளிப்படுகிறது.

கட்டுரை

ஆங்கு,

> **கானல்வரிப் பாடல்கேட்ட மானெடுங்கண் மாதவியும்**
> **மன்னுமோர் குறிப்புண்டு இவன் தன்னிலை**
> **மயங்கினானெனக்**
> **கலவியால் மகிழ்ந்தாள் போல் புலவியால் யாழ்வாங்கித்**
> **தானுமோர் குறிப்பினள்போல் கானல்வரிப் பாடல்பாணி**
> **நிலத்தெய்வம் வியப்பெய்த நீள்நிலத்தோர் மனமகிழக்**
> **கலத்தொடு புணர்ந் தமைந்த கண்டத்தால்**
> **பாடத்தொடங்குமன்.** *(24)*

கோவலனுடைய பாடலைத் தொடர்ந்து தம் யாழை வாங்கிக்கொண்டு பாடத் தொடங்குகிறாள். ஊடலால் அவன் கையினின்றும் யாழை வாங்குபவள் அதனைப் புலப்படுத்தாமல் கலவியால் மன மகிழ்ந்தவள்போல வாங்கி, தான் வேறு குறிப்பு இலள் ஆயினும் அவன் வேறு குறிப்பினனாகப் பாடினமையின் தானும் வேறு குறிப்புடையாள் போல அவனுக்குத் தோன்ற, கானல் வரிப் பாடலாகிய உருக்களை, அந் நிலத்திற்குரிய தெய்வமாகிய வருணன் வியப்புறவும் நெடிய புவியிலுள்ளோர் மன மகிழவும், யாழின் இசையோடு கலந்து பாடத் தொடங்கினாள் என்பது இதன் விளக்கம்.

(மன்னும் ஓர் குறிப்பு - வேறு மகளிர்பாற் சென்ற வேட்கை; தானும் ஓர் குறிப்பினள் போல் - தானும் வேறு ஆடவன்பால் விருப்பம் வைத்தாள் போல.)

இக் கட்டுரையில் இருவருக்கும் இடையேயான காதல் மறைந்து, ஒருவர் மற்றவர் மீது கொண்ட சந்தேகம் கோபமாக மாறுகிறது. இக் கட்டுரையைத் தொடர்ந்து மாதவி யாழிசைத்துப் பாடுகிறாள்.

கோவலன் பாடிய பாடல்களைக் கேட்ட மாதவி, அவன் தன்னோடு இருந்த நிலையிலிருந்து மாறுபட்டு, வேறொரு பெண் மீது காதல் கொண்டிருக்கிறான் என்று கருதுகிறாள். அதனால் அவளுக்கு ஏற்பட்ட கோபத்தின் விளைவாக, உண்மை யில்லை யாயினும், தானும் வேறொரு ஆடவனை மனத்துள் எண்ணிக்கொண்டு பாடுவதாக, கோவலன் நினைக்குமாறு 26 வரிப் பாடல்களைப் பாடுகிறாள்.

இங்கு இருவருமே உண்மைக்குப் புறம்பாக ஒருவர் மீது ஒருவர் ஐயமும் கோபமும் கொண்டு வினையாற்றுகிறார்கள். யாழிசையையும் பாடல்களை இவர்கள் பாடுவதையும் கொண்டே மிகவும் அருமையான நாடக முரணை உருவாக்கி அற்புதமாகக் காட்சிப்படுத்துகிறார் இளங்கோ அடிகள்.

மாதவி பாடி முடித்ததும், கட்டுரை இடம்பெற்று கானல் வரி நிறைவடைகிறது.

கட்டுரை

கானல்வரி யான்பாடத் தானொன்றின்மேல் மனம் வைத்து
மாயப்பொய் பலகூட்டும் மாயத்தாள் பாடினாளென
யாழிசைமேல் வைத்துத்தன் ஊழ்வினைவந்து உருத்தது ஆகலின்
உவவுஉற்ற திங்கள் முகத்தாளைக் கவவுக்கை ஞெகிழ்ந்தனனாய்ப்
பொழுதுஈங்குக் கழிந்ததாகலின் எழுதுமென்று உடனெழாது
ஏவலாள ருடன்சூழ்தரக் கோவலன் தான் போனபின்னர்,
தாதவிழ் மலர்ச்சோலை ஓதையாயத்து ஒலியவித்துக்
கையற்ற நெஞ்சினளாய் வையத்தி னுள்புக்குக்
காதலனுடன் அன்றியே மாதவிதன் மனைபுக்காள்.

(கானல் வரி: 52)

என்று கோவலனும் மாதவியும் தனித்தனியாகப் பிரிந்து தம் இல்லம் ஏகினர் என்ற செய்தியுடன் இப் பகுதி நிறைவு பெறுகிறது.

“மாதவி குற்றம் நீங்கிய யாழினைத் தொழுது வாங்கி இசை யெழுப்பிச் செவியாலோர்த்துப் ‘பணி யாது’ எனக் கோவலன் கையில் நீட்ட, அவன் அதனை வாங்கி அகப்பொருட் கருத்துக்கள் அமைந்த ஆற்றுவரி முதலாய பாடல்களைப் பாடினான்; அவ்வாறு பாடக் கேட்ட மாதவி அவன் தன்னிலை மயங்கினானெனக் கருதிப் புலவியால் யாழ் வாங்கித் தானும் வேறு குறிப்பினள் போற் பாடத் தொடங்கி, அகப்பொருட் கருத்துடைய வரிப் பாடல்களைப் பாடினாள்; அதனைக் கேட்டுக் கோவலன் இவள் என் போலன்றி வேறொன்றின்மேல் மனம் வைத்துப் பாடினாளெனத் துணிந்து, யாழிசை மேல் வைத்து ஊழ்வினை வந்துருத்ததாகலின் அவளை யணைத்த கையை நெகிழ்ந்து ஏவலாளர் சூழப் புறப்பட்டுச் சென்றான்; மாதவியும் கையற்ற நெஞ்சினளாய் வண்டி யேறித் தனியே மனை புக்காள்; என முடிக்க.” தாது விரிந்த பூக்களையுடைய சோலையில் ஆரவாரத்தையுடைய ஆயத்தின் ஒலி அடங்க, செயலற்ற மனத்தினளாய் வண்டியி னுள்ளே அமர்ந்து, காதலனுடன் செல்லாது மாதவி தனியே தன் மனையை அடைந்தாள். மாயத்தா ளாகலின் மனம் வைத்துப் பாடினாள் என்றுமாம். யாழிசையால் நிகழ்ந்த தென்று கருதும்படி செய்து, காதலனுடனன்றியே என மேற்போந்த பொருளை மீட்டும் கூறியது அவள் யாண்டும் அவ்வாறு சென்றதிலள் என்பதை யுணர்த்தற்கு.” என்று இக் கட்டுரைக்கு கோவிந்தசாமி நாட்டார் உரை கூறுகிறார். “யாழிசையால் நிகழ்ந்த தென்று (கோவலன்) கருதும்படி செய்து” என்று அவர் குறிப்பிடுவது மிகுந்த கவனத்திற்கு உரியது. அதாவது, கோவலனின் கவனத்தைப் பெறுவதற்காக மாதவி வேண்டுமென்றே யாழிசையில் பிழைசெய்திருக்கலாம் என்பது நாட்டார் கருத்து. இதுவும் அவர்கள் இருவரின் யாழிசைப் புலமையுடன் நெருங்கிய தொடர்பு உடையதே. ஆகவே, அடிகள் அதனை ஊழ்வினையின் செயலாகக் குறிப்பிடுவது பொருத்தமாக அமைகிறது.

இந் நூலாசிரியர் கருத்து :

அடிகள் தம்முடைய காப்பியத்தின் நிகழ்வுகளுக்கெல்லாம் அடிநாதமாக விளங்குகின்ற ஊழ்வினையை யாழிசை மேல் வைத்துக் காட்டி, தமது ஆழ்ந்த இசைப் புலமையையும் நாடகப் படைப்பாக்கத் திறன்களையும் புலப்படுத்தக்கூடிய ஒரு

களமாக ‘கானல் வரி’யைப் படைத்திருக்கிறார். தொடக்கத்தில் யாழை மாதவியிடமிருந்து பெற்ற கோவலன், அதனை மீட்டி வரிப்பாடல்களைப் பாடத் தொடங்குகிறான். அப்பொழுதே அவனுடைய முன்வினை யாழிசை மேல் உருக்கொண்டது என்பது உட் கருத்து. அதன் காரணமாகவே, மாதவி, ‘அவன் பாடியவற்றில் ஏதோ ஒரு குறிப்பு உண்டு; அவன் தன்னிலை மயங்கினான்’ எனக் கருதி, யாழினை வாங்கி, அவளும் ஒரு குறிப்பு உடையவள் போல வரிப் பாடல்களைப் பாடினாள். அதைக் கேட்ட கோவலன், ‘அவள் மாயப் பொய் பலகூட்டும் மாயத்தாள், வேறொன்றின் மேல் மனம் வைத்தாள்’ எனத் தவறாக எண்ணி, வெகுண்டெழுந்து, அவளைப் பிரிந்து செல்கிறான். இது வெளிப் படையாகக் கூறப்பட்டுள்ளது. மனத்தால் ஒன்றி வாழ்ந்த இருவரும் தங்களுக்குள் எழுந்த தவறான ஐயத்தின் காரணமாக எண்ணங்கள் வேறுபட்டுப் பிரிகின்றனர்.

இளங்கோ அடிகளின் கவித் திறத்தின் உச்சம் *(Master Piece)* கானல் வரி என்பது மீண்டும் இங்கு வலியுறுத்தப்படுகிறது. இப் பகுதியின் நிறைவில் ஊழ்வினை தன் பணியைத் திறம்படச் செய்து முடிக்கும் வகையில், தொடக்கத்திலிருந்தே படிப்படியாகத் தம் நுணுக்கமான சொல்லாட்சி மிக்க பாடல்களால் நிகழ்வுகளைக் கட்டமைக்கிறார். யாழிசையோடு காவிரியை நோக்கிப் பாடத் தொடங்கிய கோவலன்,

**திங்கள் மாலை வெண்குடையான் சென்னி செங்கோ
லதுவோச்சிக்
கங்கை தன்னைப் புணர்ந்தாலும் புலவாய் வாழி காவேரி.
கங்கை தன்னைப் புணர்ந்தாலும் புலவாதொழிதல்
கயற்கண்ணாய்
மங்கை மாதர் பெரும் கற்பென் றறிந்தேன் வாழி காவேரி.**
(2)

**மன்னும் மாலை வெண்குடையான் வளையாச் செங்கோ
லதுவோச்சிக்
கன்னி தன்னைப் புணர்ந்தாலும் புலவாய் வாழி காவேரி.
கன்னி தன்னைப் புணர்ந்தாலும் புலவாதொழிதல்
கயற்கண்ணாய்**

மன்னும் மாதர் பெரும் கற்பென் றறிந்தேன் வாழி காவேரி. (3)
என்று பாடுகிறான்.

“சோழன் கங்கையையும் கன்னியையும் புணர்தல் என்பது அவை பொலியும் நாடுகளை ஆளுதலைக் குறிக்கும்.” (அரும்பத உரை)

“காவேரியே! உன் கணவன் சோழ மன்னன் கங்கையைப் புணர்ந்தாலும் நீ வெறுக்காமல் இருப்பது உன்னுடைய பெருங்கற்பின் தன்மையே என்பதனை நான் அறிந்துகொண்டேன். நீ வாழ்வாயாக! என்ற பொருளில் பாடுகிறான். அடுத்து, உன் கணவன் சோழ வேந்தன் குமரியைக் கூடினாலும் (குமரி ஆற்றை உட்படுத்தி அரசாண்டாலும்) நீ வெறுக்காமல் இருப்பது மாதரின் நிலைபெற்ற பெருங்கற்பின் தன்மையே என்பதனை நான் அறிந்துகொண்டேன். நீ வாழ்வாயாக!”

காவிரி நாட்டை யுடைய சோழ வேந்தன் கங்கையை உடைய நாட்டையும், குமரி ஆறு உடைய நாட்டையும் வென்றான் என்பதையே கோவலன் கற்பனையாக இவ்வாறு பாடினான். தொடர்ந்து அவன் பாடிய பாடல்கள் யாவுமே காதலன் காதலிக் காக ஏங்கிப் பாடுவதாகவே அமைந்தன.

இப்பாடல்களைக் கேட்ட மாதவி, கணவன் பிற பெண்களைக் கூடினாலும் அவனை வெறுக்காமல் இருப்பதுதான் மனைவியின் கற்புநிலை எனக் கோவலன் கருதுவதாக எண்ணினாள். மேலும், அவன் உள்ளத்திலே வேறொரு பெண்மீது எண்ணம் நிலை பெற்றுள்ள குறிப்புத் தென்படுகிறது எனத் தவறாக எண்ணி மனத்துள் அவனுடன் ஊடல் கொள்கிறாள். எனவே, தானும் ஒரு குறிப்பினை மனதில் கொண்டவள் போல (வேறொரு ஆடவனை மனத்துள் கொண்டு இவள் பாடுகிறாள் என்று கோவலன் கருதுமாறு) அவளும் யாழிசையுடன் இரண்டறக் கலந்து தன் இனிய குரலால் வரிப்பாடல்களைப் பாடத் தொடங்கினாள்.

மாதவியின் பாடல்களைக் கேட்ட கோவலன் அவள் வேறு ஒன்றின் மீது மனம் வைத்துப் பாடியதை உண்மை என்று எண்ணி அவள் மீது கோபமும் வெறுப்பும் கொண்டு மாதவியைப் பிரிந்து சென்றான்.

உண்மை நிலை வேறாக இருக்க, இருவரும் தவறான எண்ணங்களைக் கொள்ளவும், மகிழ்ச்சியடைவதற்காகத் தொடங்கப்பட்ட

யாழிசையே துன்பமான முடிவை அளிக்குமாறு ஊழ்வினை இங்கேயே தன் பணியைத் தொடக்கிவிட்டது என்பதற்கான உட்குறிப்புகளே இவையாகும். இங்கு ஊழ்வினை இருவருக்கும் பொதுவானதாகவே காட்டப்படுகிறது.

கோவலனின் ஊழ்வினையே மாதவியின் யாழ் மீட்டிய மெல்விரல்களின் மீது அமர்ந்து பகை நரம்பைத் (அபஸ்வரம்) தொட்டது. இத்தகைய இசை நுட்பம் மிகுந்த பகுதியை உலகின் வேறு எந்த காப்பியத்திலும் காண்பது அரிது.

யாழிசைமேல் வைத்து ஊழ்வினை உருத்து வந்து ஊட்டியதன் விளைவே கோவலனுக்கு ஏற்பட்ட தவறான எண்ணத்திற்கும், கோபத்திற்கும் காரணமாகிறது என்ற ஆசிரியர் கூற்று நம்மிடம் பல தேடல்களை உருவாக்குகிறது.

இதனை உறுதிப்படுத்தும் வகையில், மாதவி பாடுகின்ற கீழ்க்காணும் பாடல், யாழ் மீட்டலில் தான் பிழை ஏற்பட்டது என்பதை விளக்குகிறது.

நுளையர் விளரி நொடி தருந்தீம் பாலை
இளி கிளையில் கொள்ள விறுத்தாயான் மாலை
இளி கிளையில் கொள்ள விறுத்தாய்மன் னீயேற்
கொளை வல்லா யென்னாவி கொள்வாழி மாலை.

(பாடல்.48)

பொருள்: இது தலைவி கூற்றாக அமைந்த பாடல். மாலைப் பொழுதே! நான் நெய்தல் நிலத்திற்கு உரிய விளரிப் பண்ணினைப் பாடும்போது 'இளி'(பா) என்னும் நரம்பினை (சுரத்தை)த் தடவுவதற்கு மாறாகக் 'கைக்கிளை'(கா) என்னும் பகை நரம்பினைத் தடவுமாறு எனக்கு மயக்கத்தினைத் தந்துவிட்டாய். இங்ஙனம் மயங்கச் செய்த நீ, பிரிந்திருப்பவர்களுடைய உயிரை வாங்குதலில் வல்லமையுடையை. ஆதலின் என் உயிரையும் கவர்ந்து செல்வாயாக! (1994. சிலம்பொலி சு.செல்லப்பன். ப. 127)

இப் பாடலுக்கான அரும்பதவுரை வருமாறு : "விளரி யென்றார், விளரி இரங்கினார் பாடும் பண் ஆதலால்; நெய்தற்கு இரங்கலும் இரங்கல் நிமித்தமும் உரிப் பொருள். விளரி - விளரிப் பாலை;

நொடி தருதல் - சொல்லுதல். இளி கிளையில் கோடல்: நின்ற நரம்பிற்கு ஆறாம் நரம்பு பகை; அது கூடமென்னும் குற்றம்; இளி(பா) முதலாக் கைக்கிளை(கா)யாறாவதாம்; இளிக்குக் கைக்கிளை பகையென்றது, தங்கண் மயக்கத்தாலே பகை நரம்பிலே கை சென்று தடவ. கொளை வல்லாய் - கொள்ளுதலை வல்லாய் நீ."

யாழிசைக்கும் போது மயக்கத்தால் பகை நரம்பிலே கை சென்று தடவியதை இவ்வாறு அரும்பதவுரை நிறுவுகிறது.

காப்பியத்தின் உயிர் நாடியாக விளங்கும் 'கானல் வரி'க்கு அடியார்க்கு நல்லார் உரை கிடைக்காமல் போனது தமிழரின் துரதிர்ஷ்டமே யாகும்.

இந் நூலாசிரியரின் விளக்கம் :

இசைத் தமிழாகயிருப்பினும், இப் பகுதி முழுமையையும் தொல்காப்பியம் கூறும் திணைக் கோட்பாட்டு விதிகளிலிருந்து சற்றும் வழுவாது ஆசிரியர் படைத்துள்ள பாங்கு ஆழ்ந்து சிந்தித்தற்கு உரியது. இதன் மூலம் தமிழ்த் திணைக் கோட்பாடு என்பது முத்தமிழுக்கும் பொதுவானது என்னும் கருத்தை நிறுவுகின்ற காப்பியமாகவும் சிலம்பு திகழ்கிறது. இதற்கான சிறந்த சான்றுகளாக, 'ஆய்ச்சியர் குரவை'யில், தெய்வம்-மாயோன் (கண்ணன்) ஆகவும், 'குன்றக்குரவை'யில் தெய்வம்-சேயோன்(முருகன்) ஆகவும் இடம்பெறுகிறார்கள். இவை நாடகத் தமிழ்ப் பகுதிகள் என்பது ஈண்டு நினைவுகூரத் தக்கது.

காவிரி கடலோடு கலக்கும் புகார் நகரின் கடற்கரையில், கழிக்கானலில் கோவலனும் மாதவியும் யாழினை இசைத்துக் கொண்டே வரிப்பாடல்களைப் பாடுகிறார்கள். கழிக்கானலில் அமர்ந்து பாடியதால் 'கானல் வரி' ஆயிற்று.

எனவே, இங்கு, முதற்பொருள்: நெய்தல் நிலம்; பெரும் பொழுது: காரும் இருவகை வேனிலும்.

சிறு பொழுது: "வையமோகண் புதைப்ப வந்தாய் மருண்மாலை" என்பதனால் மாலை; கருப்பொருள்: யாழ், விளரிப் பண், செவ்வழிப் பண் ஆகியன; இவை இரண்டும் இரங்கலுக்குரிய பண்கள்;

உரிப்பொருள்: 'இரங்கலும் இரங்கல் நிமித்தமும்'.

தொல்காப்பியம் கூறும் முதற்பொருள், கருப்பொருள், உரிப்பொருள் ஆகிய மூன்றையும் கானல் வரி'யில் நிகழ விருப்பதை வருமுன் கூறும் உத்திக்கான குறியீடுகளாக ஆசிரியரால் நுட்பமாகக் கையாளப்பட்டுள்ளன. கானல் வரியில் யாழிசை முக்கியமான குறியீடாக விளங்குகிறது. அதுவே காப்பியத்தின் முக்கியமான உள்ளுறைப் பொருளைத் தாங்கி நிற்கின்றது. இறவாப் புகழ் பெற்ற காப்பியங்களிலும் இலக்கியங்களிலும் இவ்வாறு பொதிந்து கிடக்கும் உட்பொருள்களே அவற்றை இறவாத் தன்மை யடையச் செய்கின்றன.

இங்கு மற்றொரு பொருள் பொதிந்த சொல் 'நுளையர்' ஆகும். 'நுளையர்' என்றது நெய்தல் நிலத்தில் வாழ்ந்த மீனவர்களைக் குறிக்கும் ஒரு சொல்; மேலும், "நுளையர்" என்ற சொல் தாழ்வானவர்கள் அல்லது இழிவானவர்களைக் குறிக்கும். எனவே, 'நுளையர் விளரி' என்ற சொல்லாட்சியும் இக் காட்சிக்குக் கூடுதல் அழுத்தம் தரக் கூடியது.

ஊழின் மற்றுமொரு விளையாட்டு:

மாதவியின் யாழ்ப் பாட்டு நிகழ்ந்து கொண்டிருக்கும்போது இடையில் இப் பாடலுக்கு முன் ஒரு சிறிய 'கட்டுரை' இடம்பெறுகிறது. இது மூன்றாவது கட்டுரை.

> **ஆங்கனம் பாடிய ஆய்-இழை, பின்னரும்,**
> **காந்தள் மெல் விரல் கைக்கிளை சேர் குரல்**
> **தீம் தொடைச் செவ்வழிப்பாலை இசை எழீஇ,**
> **பாங்கினில் பாடி, ஓர் பண்ணுப் பெயர்த்தாள்.** *(47)*

இசை இலக்கண விளக்கம் :

தமிழ் இசைத் தொழில்களில் மிக முக்கியமானதும், இசை வல்லுநர்கள் தங்களுடைய அசாத்தியமான திறமையை வெளிப்படுத்துவதற்கும் 'பண்ணுப் பெயர்த்தல்' செய்துவிடுவார்கள். சங்க இலக்கிய நூல்களில், 'பண்ணுப் பெயர்த்தல்' என்றும் 'பாலை பெயர்த்தல்' என்றும் இதனைக் குறிப்பிடுவர். 'பாலை' என்பது 'பெரும் பண்' எனப் பொருள்படும். இன்றைய கர்னாடக இசையில் இதனை 'கிரஹ பேதம்' என்று கூறுவர். ஆங்கிலத்தில் இதனை,

'Modal Shift of Tonic' என்பர். ஒரு பண்ணினை இசைக்கும்போது அதன் ஒரு சுரத்தை வேறு ஒரு சுரத்தின் ஒலியில் நிறுத்தி இசைத்தால் அதிலிருந்து வேறு ஒரு பண் கிடைக்கும். இந்த முறையில் தான் அடிப்படைப் பாலையான 'செம்பாலை' யிலிருந்து வட்டப் பாலையை தமிழிசை வல்லுநர்கள் உருவாக்கினார்கள். இதற்கான இலக்கணத்தைத்தான் இளங்கோ அடிகள் 'ஆய்ச்சியர் குரவையில்' விளக்குகிறார். இதே முறையில்தான் 11991 ஆதி இசைகளை(தமிழிசைப் பண்கள்) உருவாக்கினார்கள் என்று இடைச் சங்க காலத்து இசை நூலான சிகண்டி முனிவரின் 'இசை நுணுக்கம்' கூறுகிறது. (சிலம்பு. 3:45. அரும்பத உரை; அடியார்க்கு நல்லார் உரை)

இக் கட்டுரை மாதவி, 'செவ்வழி' என்னும் பண்ணை இசைக்கும் போது பண்ணுப் பெயர்த்தாள் எனக் கூறுகிறது.

'கைக்கிளை சேர்குரல் தீந்தொடைச் செவ்வழிப் பாலை இசை எழீஇ' என்பது, "கைக்கிளை குரலாகிய இன்னிசையுடைய செவ்வழிப்பாலை என்னும் இசையை யெழுப்பி" என்று நாட்டார் உரை விளக்குகிறது. 'கைக்கிளை' என்பது 'கா' என்னும் சுரத்தின் பெயர்; 'குரல்' என்பது 'சா'(ஸா) என்னும் முதல் சுரம். இன்றைய கர்நாடக இசையில், 'கைக்கிளை', 'காந்தாரம்'(கா) என்றும், 'குரல்' ஷட்ஜம் (ஸா) என்றும் கூறப்படுகின்றன. கைக்கிளை(கா)சுரத்தை, குரல் (ஸா) என்ற சுரமாக ஒலித்து இசைக்கப் பிறக்கும் செவ்வழிப் பண் என்று இதற்குப் பொருள். **கைக்கிளை குரலாயது செவ்வழிப் பாலை** என்பது ஆய்ச்சியர் குரவையில் தரப்பட்டுள்ள அடியார்க்கு நல்லார் உரை.(17: 13: 8-10)

இந் நூலாசிரியர் கருத்து:

யாழ்ப் பாட்டுக்கு இடையில் இக் கட்டுரையை மிகுந்த இசை நுட்பத்துடன் ஆசிரியர் வலிந்து புகுத்தியுள்ளார். பண்ணுப் பெயர்த்தலில் ஈடுபடும் போது ஒரு இசைக் கலைஞருக்கு இசைப் புலமையுடன் கூட, குழப்பம் அற்ற மனநிலையும் கற்பனைத் திறமும் மிகவும் தேவைப்படுகிறது. இங்கு, மாதவிக்கு மிகுந்த இசைப் புலமையும் கற்பனைத் திறமும் இருந்த போதிலும் அவள் மனம் பெரும் குழப்பத்தில் இருந்தது. அந் நிலையில் அவள் பண்ணுப் பெயர்த்தலில் ஈடுபடுவது பிழையாகவே முடியும். இதை இசைக்கத் தூண்டியதும் ஊழ்வினையே என்பதைக் குறிப்பால்

உணர்த்தவே அடிகள் கட்டுரையை வலிந்து புகுத்தியுள்ளார் என்பதே பொருத்தம் ஆகும். ஊழின் நோக்கம் நிறைவேறும்படியாக அடுத்த பாடலில், **'இளி கிளையில் கொள்ள விறுத்தாயான்'** என்று அவள் பாடுவது ஆழ்ந்து சிந்தித்தற்கு உரியது.

யாழிசைமேல் வைத்து' எனும் அடிகளின் கூற்று இசைத் தமிழில் மிகவும் ஆழமான, நுட்பமான ஆராய்ச்சிக்கு உரியது. இந்த ஓர் அடிக்குள் மிகவும் செறிவான தமிழிசை இலக்கணம் பொதிந்துள்ளது. **'கானல் வரி'**க்கு அடியார்க்கு நல்லார் உரை கிடைக்காத நிலையில், முதன்முதலாக இந்நூலில் தான் இது குறித்த நுண்ணிய இசை ஆராய்ச்சி மேற்கொள்ளப்பட்டு, முடிவுகள் கண்டறியப்பட்டுள்ளன.

(குறிப்பு: இந் நூலாசிரியர் இசைக் கலைஞராக 50 ஆண்டுகளும், இசை, நாடகத் தமிழ்களில் ஆராய்ச்சியாளராக 30 ஆண்டுகளும் செயல்படும் அனுபவம் உடையவர்.)

இவ்விடத்து, யாழிசைக்கும் போது மயக்கத்தால் பகை நரம்பிலே கை சென்று தடவியதைத் தலைவி கூற்றாகப் பாடிய போதிலும், உண்மையில் அவ்வாறு பிழைபட இசைத்தது மாதவியே என்பது உள்ளுறைப் பொருள். இதற்கான விளக்கத்தை அடுத்துவரும் வேனில் காதையில் மாதவி கூற்றாகவே வெளிப்படுத்திவிடுகிறார் அடிகள்.

வேனில் காதை :

இதனை, "இளவேனில் வந்து தலைப்பட்டதாகப் பிரிந்த மாதவி வருந்திய காதை"என்று பதிகவுரையில் குறிப்பிடுகிறார் அடியார்க்கு நல்லார்.

நிலா முற்றத்தில் ஏறி, நரம்புகள் அதிராத நிலையிலுள்ள யாழை வாங்கி, மீட்டிக் கொண்டு இனிமையான பாடலைப் பாடத் தொடங்குகிறாள். ஆனால் அதிலும் இசை சரியாக அமையாது மயங்குகிறாள். (மயக்கம் = தெளிவின்மை அல்லது பிழைபடுதல்)

மடலவிழ் கானல் கடல்விளை யாட்டினுள்
கோவலன் ஊடக் கூடாது ஏகிய
மாமலர் நெடுங்கண் மாதவி விரும்பி *(14 - 16)*

பாடுதலை நிறுத்தி மீண்டும் யாழிசைக்கத் தொடங்குகிறாள்.

அதிரா மரபின் யாழ்கை வாங்கி
மதுர கீதம் பாடினள் மயங்கி *(23, 24)*

அதிரா மரபு - கோவை(சுரம்) கலங்காத முறைமை; மதுர கீதம் பாடினள் மயங்கி - தாரங் குரலான மேற்செம்பாலை யென்னும் பண்ணைக் கண்டத்தாற் பாடி மயங்கி அப் பண்ணையே யாழிலும் பாடினாளென்றவாறு; என்பது அரும்பதவுரை. (மேற்செம்பாலை = தற்காலத்தில் கல்யாணி ராகம்)

கீழ்க்காணும் பாடல் வரிகள் முழுவதும் மாதவியின் யாழிசைக்கும் பேராற்றலையும் ஆழ்ந்த இசை ஞானத்தையும் வெளிப்படுத்துகின்றன.

வலக்கைப் பதாகை கோட்டொடு சேர்த்தி,
இடக்கை நால் விரல் மாடகம் தழீஇ,
செம்பகை, ஆர்ப்பே, கூடம், அதிர்வே,
வெம் பகை நீக்கும் விரகுளி அறிந்து,
பிழையா மரபின் ஈர் - ஏழ் கோவையை
உழை முதல் கைக்கிளை இறுவாய் கட்டி,
இணை, கிளை, பகை, நட்பு, என்று இந் நான்கின்
இசை புணர் குறிநிலை எய்த நோக்கி,
குரல்வாய், இளிவாய், கேட்டனள்; அன்றியும்,
வரன்முறை மருங்கின் ஐந்தினும் ஏழினும்,
உழை முதல் ஆகவும், உழை ஈறு ஆகவும்;
குரல் முதல் ஆகவும்,குரல் ஈறு ஆகவும்;
அகநிலை மருதமும், புறநிலை மருதமும்,
அருகியல் மருதமும், பெருகியல் மருதமும்:
நால் வகைச் சாதியும் நலம் பெற நோக்கி,
மூ-வகை இயக்கமும் முறையுளிக் கழிப்பி,
திறத்து வழிப்படூஉம் தெள் இசைக் கரணத்து,
புறத்து ஒரு பாணியில் பூங்கொடி மயங்கி *(27 - 44)*

"புறத்தொரு பாணியில் பூங்கொடி மயங்கி' என்பதற்கு புற

நிலை மருதப் பண்ணில் மயங்கி யென்றவாறு. பண் முறைமை கெட மயங்கினாள் என்று கூட்டுக." என்று அரும்பதவுரை விளக்கம் தருகிறது. இப்பாடல் அடிகளுக்கு, "கோவை கலங்கா மரபினை யுடைய யாழைக் கையில் வாங்கிக் கண்டத்தால் முந்துற மதுர கீதமாகப் பாடி அது மயங்கிக் கலத்தால் (யாழ்) பாடத் தொடங்கினவளென்க. திறங்கட்குப் பிறப்பிடமாய் உள்ள இச் சாதிப் பெரும்பண்களுள் புற நிலை மருதப் பண்ணை வாசித்தலிலே மயங்கி யென்க" என்பார் அடியார்க்கு நல்லார். (திறங்கள் = கிளைப் பண்கள்)

கானல் வரியில், **'குற்றமற்ற யாழ்'** என்பதே வேனில் காதையில், **'கோவை கலங்கா மரபினை யுடைய யாழ்'** எனக் குறிக்கப்படுகிறது. இவ் விளக்கங்களின் மூலம் வாசிக்கப்பட்ட யாழ் குற்றம், குறையற்றது என்பதும், அதனை இசைத்த மாதவியின் ஆற்றலும், புலமையும் குறைவு உள்ளவை அல்ல என்பதும் தெளிவாகிறது. ஏற்பட்ட பிழைக்கு யாழோ, மாதவியோ காரணம் அன்று; ஊழ் வினையின் வலிமையே காரணம் என்பது மீண்டும் உறுதியாகிறது.

இவ்விடத்து, **"விதியின் பிழை; நீ இதற்கு என்னை வெகுண்டது?"** என்று இராமாயணத்தில் கவிச் சக்கரவர்த்தி கம்பன், இராமன் கூற்றாகச் சொல்வதை ஒப்பு நோக்கலாம்.

ஊழின் வலிமையை இங்கு நிருவுவதற்கு ஏதுவாகவே, இதற்கு முன்னர் பல இடங்களில் யாழ் குறித்தும், இசை குறித்தும் ஏராளமான குறிப்புகளும், கோவலன், மாதவி இருவரின் யாழிசைப் புலமை குறித்தும் காப்பியத்தில் ஆங்காங்கே குறிப்பிடப் பட்டிருக்கிறது. மாதவி யாழிசையில் பிழை செய்ததற்கு அவள் மனமும் எண்ணங்களும் கலங்கியிருந்ததே காரணம். இதனை, யாழிசையில் அவளுக்கு இணையான கோவலன் எளிதில் உணர்ந்ததாலேயே அவளைப் பிரிந்து தன் இல்லம் ஏகினான். இதற்குக் காரணம் ஊழ்வினையே என்பது தான் காப்பியம் நமக்கு உணர்த்தும் உண்மை யாகும்.

காப்பியத்தில் பின்னிப் பிணைந்திருக்கும் ஊழ் வினை :

இனி, காப்பியத்தின் பிற அதிகாரங்களில் தொடக்கம் முதல் இறுதி வரை புறத்தே நிகழும் பல முக்கியமான நிகழ்வுகள், பாத்திரங்களுக்கு இடையிலான செயல்பாடுகள், கதை நகர்வுகள்,

கூற்றுகள் ஊடாக காட்சிக்குப் புலப்படாத அருவமாக நின்று முக்கியப் வினையாற்றும் ஊழ்வினையின் பங்களிப்பினைக் காண்போம். காப்பியத்தில் ஊழ்வினை ஆசிரியர் கூற்றாக மட்டும் வராது, கண்ணகி தொடங்கி சேரன் செங்குட்டுவன் வரை நல்வினை, தீவினை பற்றி பெரும்பாலான கதைமாந்தர்களின் கூற்றுகளாக வரும்படி பிணைத்திருப்பது காப்பிய ஆசிரியரின் நோக்கத்தை நன்கு புலப்படுத்துகிறது.

எல்லாவிடத்தும் ஊழ்வினை என்ற சொல்லைப் பயன்படுத்தாது அதனை உணர்ந்து கொள்ளும் வகையில் முன்வினை, தீவினை, கடுவினை, வல்வினை, முற்பிறவி வினைகள், சாபம் என்று பல சொல்லாடல்களை கதை நிகழ்வுகளுக்குப் பொருந்துமாறு ஆசிரியர் பயன்படுத்துகிறார். பொதுவாக ஊழ்வினை என்பது கடந்த காலச் செயல்பாடுகளின் விளைவாகவே பார்க்கப்படுகிறது.

பதிகம் :

முன்னரே கூறிய வண்ணம் காப்பியத்திற்கு முன்னுரையாக விளங்கும் பதிகத்திலேயே ஊழ்வினையின் பங்களிப்பு பற்றிய குறிப்புகள் இடம்பெற்றுவிடுகின்றன.

சாத்தனார் இளங்கோவடிகளிடம் கதை கூறுவது :

> **வினை விளை காலம் ஆதலின், யாவதும்**
> **சினை அலர் வேம்பன் தேரான் ஆகி,**
> **கன்றிய காவலர்க் கூஉய், "அக் கள்வனைக்**
> **கொன்று, அச் சிலம்பு கொணர்க ஈங்கு"என-** *(27 - 30)*

பொருள்: தான் முற்பிறப்பிற் செய்த தீவினை பலிக்கின்ற காலம் வந்துவிட்டதால் முகை விரிந்த வேப்பம்பூ மாலையையுடைய பாண்டியன், யாதொன்றையும் ஆராயாதவனாகி, காவலாளரை அழைத்து, அக் கள்வனைக் கொன்று, அச் சிலம்பை இப்பொழுதே கொணர்க என்று கூறுகிறான்.

'வழக்குரை காதை'யில், பாண்டியன் நெடுஞ்செழியனை, **தேரா மன்னா!"** என்று கண்ணகி அழைப்பதற்கான முன் குறிப்பாக இதனைக் கொள்ளலாம்.

இளங்கோவடிகள் சாத்தனாரிடம் கேட்பது :

வினை விளை காலம் என்றீர்; யாது அவர்
வினை விளைவு?' என்ன - 'விறலோய்! கேட்டி: *(37 38)*

சாத்தனார் விளக்குதல் :

மதுரை மா தெய்வம் வந்து தோன்றி,
கொதி அழல் சீற்றம் கொங்கையின் விளைத்தோய்!
முதிர் வினை நுங்கட்கு முடிந்தது; ஆகலின், *(43 - 45)*

நினது மிக்க சினத்தால் வெவ்விய அழலை நின் கொங்கை யிடத்தே விளைவித்தாய்; உங்களுக்கு நல்வினையின் பயன் யாவும் தீர்ந்து, முற்பிறப்பில் நேர்ந்த சாபத்தால் இவ்வாறு நடந்திருக்கிறது என்று அந்நகர்க்குக் காவல் தெய்வமாகிய மதுராபதி தெய்வம் வந்து வெளிப்பட்டு, கண்ணகியிடம் கூறுகிறது. இதன் விளக்கம் 'கட்டுரை காதை'யில் இடம்பெறுகிறது.

கனாத்திறம் உரைத்த காதை :

மதுரையில் நிகழவுள்ள துன்பங்களைக் கனவில் கண்ட கண்ணகி, அதனைத் தன் தோழி தேவந்தியிடம் கூறுகிறாள். அதனைக் கேட்ட தேவந்தி கண்ணகியிடம்,

.... பொற்றொடீஇ
கைத்தாயும் அல்லை கணவற்கு ஒருநோன்பு
பொய்த்தாய் பழம்பிறப்பிற் போய்க்கெடுக *(54-56)*

என்று கூறுகிறாள்.

இதன் பொருள்: பொற்கொடியே! நீ கணவனால் வெறுக்கப்பட்டவள் அல்லள். முற்பிறப்பில் கணவன் பொருட்டுச் செய்ய வேண்டிய ஒரு நோன்பினை நீ செய்யத் தவறிவிட்டாய். அதனால் இவ்வாறு தீங்கு ஏற்பட்டது. அஃது நீங்குவதாகுக! என்று கூறுகின்றாள். இது கண்ணகியின் முன்வினைப் பயன்.

அப்பொழுது மாதவியைப் பிரிந்த கோவலன் கண்ணகியின் இல்லம் திரும்புகிறான். பின்னர் அவர்களிருவரும் சிலம்புடன் மதுரைக்குச் செல்ல முடிவு செய்கின்றனர். அதனை இளங்கோவடிகள்,

சேயிழை! கேள்இச்

சிலம்பு முதலாகச் சென்ற கலனோடு

உலந்த பொரு ளீட்டுத லுற்றேன், மலர்ந்தசீர்

மாட மதுரை யகத்துச்சென்று; என்னோடு இங்கு

ஏடலர்க் கோதாய்! எழுக' என்று நீடி

வினைக்கடைக் கூட்ட வியம் கொண்டான் *(73 - 79)*

இதில் ஈறாக அமைந்த இரண்டு அடிகளுக்கு அடியார்க்கு நல்லார் உரை வருமாறு: "கோதாய்! அதற்கு நீ இப்பொழுதே இங்கு நின்றும் என்னோடு எழுவாயாக வென்று சொல்லி முற்பவத்தில் தான் செய்த தீவினை நெடுங்காலம் நின்று நெஞ்சை ஒருப்படுத்து தலானே அவ் வினையினது ஏவலைக்கொண்டான்." வியம் கொண்டான் - வினையினது ஏவலைக்கொண்டான் என்பது அரும்பதவுரை. இதுவும் முற்பிறவித் தீவினையே.

நாடுகாண் காதை :

தொடக்கத்தில் மீண்டும் கோவலனின் முன்வினை அவனைத் துரத்திக் கொண்டு வருவதை ஆசிரியர்,

காரிருள் நின்ற கடைநாள் கங்குல்

ஊழ்வினை கடைஇ உள்ளம் துரப்ப *(3 - 4)*

என்று ஊழ்வினையின் விளைவாக, உள்ளம் தூண்டக் கோவலன் கண்ணகியுடன் புகார் நகரை விட்டுப் புறப்பட்டான் என்று குறிப்பிடுகிறது."முன்செய்த தீவினை முறையால் வந்து இவன் உள்ளத்தைச் செலுத்துதலானே" என்பார் அடியார்க்கு நல்லார்.

கவுந்தியடிகள் கூற்று :

பாடகச் சீறடி பரற்பகை யுழவா

காடிடை யிட்ட நாடுநீர் கழிதற்

கரிதிவள் செவ்வி யறிகுநர் யாரோ *(52 - 54)*

இது "நீர், காடு, நாடு மென்னும் இவ்வழியைக் கடத்தற்கு இவள் செவ்வி ஏற்றதன்று; இனி ஊழ் என்செய்து முடிக்குமோ? அதனை அறிவாராரென்க. யாரறிய வல்லார் எனப் பரிவுறல் தோன்ற நின்றது." என்று அடியார்க்கு நல்லார் பொருளுரைக்கிறார்.

சாரணர் தலைவர் கூற்று :

ஒழிகஎன வொழியாது ஊட்டும் வல்வினை
இட்ட வித்தின் எதிர்வந் தெய்தி
ஒட்டும் காலை ஒழிக்கவும் ஒண்ணா *(171 -173)*

“நாம் ஒழிக என வேண்டினும் ஒழியாது வந்து தன் பயனைத் தோற்றுவிக்கும் தீ வினை. விளை நிலத்தில் இட்ட வித்துப் போல வினையானது வளர்ந்து பயன்தர முற்படும். அப்படி அதுவந்து பொருந்தும்போது அதனை யாராலும் தடுத்து ஒழிக்கவும் முடியாது.’ என்று சாரணர் தலைவர், கவுந்தி அடிகளிடம் கூறுகிறார்.

தொடர்ந்து பின் வரும் பகுதிகளிலும் ஊழ்வினை பற்றிக் குறிப்பிடப் படுவதன் மூலம் காப்பியக் கதையின் நகர்வுக்கு அடிநாதமாக விளங்கும் தன்மை ஆசிரியரால் வலியுறுத்தப்படுவதை உணர முடிகிறது.

புறஞ்சேரி இறுத்த காதை :

தன் தீது இலள் எனத் தளர்ச்சி நீங்கி
என் தீது என்றே எய்தியது உணர்ந்தான் *(94, 95)*

இது பற்றி முன்னரே விளக்கப்பட்டுள்ளது.

ஊர் காண் காதை :

கவுந்தி அடிகள் கோவலனுக்குக் கூறுவது :

.... ‘காதலி-தன்னொடு
தவம் தீர் மருங்கின் தனித் துயர் உழந்தோய்!
மறத்துறை நீங்குமின்; வல் வினை ஊட்டும் *(25 - 27)*

தீது உடை வெவ் வினை உருத்தகாலை,
பேதைமை கந்தாப் பெரும் பேது உறுவர்;
ஒய்யா வினைப் பயன் உண்ணும்காலை,
கையாறு கொள்ளார் கற்று அறி மாக்கள்; *(31, 34)*

அடவிக் கானகத்து ஆய்-இழை-தன்னை
இடை இருள் யாமத்து இட்டு நீக்கியது
வல் வினை அன்றோ? (54 - 56)

அடைக்கலக் காதை :

இம்மைச் செய்தன யான் அறி நல்வினை;
உம்மைப் பயன்கொல், ஒரு தனி உழந்து, இத்
திருத்தகு மா மணிக் கொழுந்துடன் போந்தது (91, 93)

கொலைக்களக் காதை :

மாயம் கொல்லோ, வல் வினைகொல்லோ?
யான் உளம் கலங்கி யாவதும் அறியேன்: (61, 62)

வினை விளை காலம் ஆதலின், யாவதும்
சினை அலர் வேம்பன் தேரான் ஆகி, (148, 149)

தீவினை முதிர் வலைச் சென்று பட்டிருந்த
கோவலன்-தன்னைக் குறுகினனாகி (156, 157)

காவலன் செங்கோல் வளைஇய வீழ்ந்தனன்
கோவலன் பண்டை யூழ்வினை யுருத்தென். (216, 217)

வெண்பா

நண்ணும், இரு வினையும்; நண்ணுமின்கள், நல் அறமே-
கண்ணகி-தன் கேள்வன் காரணத்தான், மண்ணில்
வளையாத செங்கோல் வளைந்ததே; பண்டை
விளைவாகி வந்த வினை.

வஞ்சின மாலை :

கண்ணகி கோப்பெருந்தேவிக்குக் கூறுவது :

கோவேந்தன் தேவி கொடுவினை யாட்டியேன்
யாவும் தெரியா இயல்பினேன் ஆயினும் *(1, 2)*

ஊர் சூழ் வரி :

கண்ணகி கூற்று :

மன் உறு துயர் செய்த மறவினை அறியாதேற்கு,
என் உறு வினை காண்; ஆ! இது என உரையாரோ?
(41, 42)

பார் மிகு பழி தூற்ற, பாண்டியன் தவறு இழைப்ப,
ஈர்வது ஓர் வினை காண்; ஆ! இது என உரையாரோ?
(45, 46)

மன்பதை பழி தூற்ற, மன்னவன் தவறு இழைப்ப,
உண்பதோர் வினை காண்; ஆ! இது" என உரையாரோ?
(49, 50)

வழக்குரை காதை :

கண்ணகி வழக்குரை கூற்று :

மாசாத்து வாணிகன் மகனை யாகி
வாழ்தல் வேண்டி ஊழ்வினை துரப்ப
.... நின்பாற்
கொலைக்களப் பட்ட கோவலன் மனைவி *(58 - 62)*

வெண்பா

'அல்லவை செய்தார்க்கு அறம் கூற்றம் ஆம்' என்னும்,
பல் அவையோர் சொல்லும் பழுது அன்றே-பொல்லா
வடுவினையே செய்த வய வேந்தன் தேவி!
கடு வினையேன் செய்வதூஉம் காண்.

கட்டுரை காதை :

மதுராபதி தெய்வம், கண்ணகி முன் தோன்றி, பாண்டிய மன்னனின் ஊழ்வினை, கோவலனின் ஊழ்வினை பற்றியும் கூறி, பாண்டியன், கோவலன், கண்ணகி ஆகியோரின் முற் பிறப்பு பற்றியும் கூறுகிறது இக் காதை.

தோழிநீ யீதொன்று கேட்டியெங் கோமகற்கு
ஊழ்வினை வந்தக் கடை
மாதரா யீதொன்று கேளுன் கணவற்குத்
தீதுற வந்த வினை; *(27 - 30)*

கோமகன் என்பது பாண்டியனையும், உன் கணவன் என்பது கோவலனையும் குறிக்கும்.

இதுவும் மதுராபதி தெய்வத்தின் கூற்று :

உம்மை வினைவந் துருத்த காலைச்
செம்மையி லோர்க்குச் செய்தவ முதவாது *(171 - 172)*

இதன் பொருள்: முற்பிறப்பிற் செய்த தீவினை வடிவெடுத்துப் பயனளிக்க வந்த காலத்து, முன்பு செய்த நல்வினை எதுவும் உதவாது.

ஊழிற் பெருவலி யாவுள மற்றொன்று
சூழினும் தான் முந்துறும். *(குறள் - 360)*

என்னும் வள்ளுவப் பெருந்தகையின் வாக்கு ஈண்டு நினைவுகூரத் தக்கது.

குன்றக் குரவை :

கண்ணகி கூற்று :

மணமதுரையோ டரசுகேடுற வல்வினைவந்து உருத்தகாலைக்
கணவனையங் கிழந்துபோந்த கடுவினையேன்
யானென்றாள் *(5 - 6)*

தம்மை யாரென்று வினவிய மலைக் குறவர்களுக்குக் கண்ணகி பதில் கூறுகிறாள். வல்வினையால் கோவலன் கொலையுண்டதால், யான் கடுவினையால் கணவனான அவனை இழந்தேன்.

சாத்தனார் கூற்று :

திண் திறல் வேந்தே! செப்பக் கேளாய்;

தீவினைச் சிலம்பு காரணமாக,

ஆய் தொடி அரிவை கணவற்கு உற்றதும்; *(68 70)*

இதன் தொடச்சியாகவே, **'உரைசால் பத்தினிக் குயர்ந்தோ ரேத்தலும்'** என்ற காப்பியத்தின் மற்றொரு உள்ளுறைப் பொருள் நிறைவடைகிறது.

என்றலு மிறைஞ்சியஞ்சி யிணவளைக்கை யெதிர்கூப்பி

நின்ற வெல்லையுள் வானவரு நெடுமாரி மலர்பொழிந்து

குன்றவருங் கண்டுநிற்பக் கொழுநனொடு கொண்டு போயினார்

இவள்போலு நங்குலக்கோ ரிருந்தெய்வ மில்லையாதலின் *(7 - 10)*

என்று அடிகள், குற மகளிர் கூற்றாக மொழிகிறார்.

இதேபோன்று, **'அரைசியல் பிழைத்தோர்க்கு அறங்கூற் றாவதூஉம்'** என்பதை வழக்குரை காதை யிறுதியில்,

யானோ அரசன் யானே கள்வன்

மன்பதை காக்குந் தென்புலக் காவல்

என்முதற் பிழைத்தது கெடுகவென் னாயுளென

மன்னவன் மயங்கி வீழ்ந்தனனே

என்றவாறு பாண்டியன் கூற்றாகவும் கடைசியில் ஆசிரியர் கூற்றாகவும் அமைக்கிறார். இவ்வாறு காப்பியப் படைப்பின் நோக்கங்கள் நிறைவேற ஊழ்வினை ஒரு கருவியாகப் பயன்படுகிறது.

காட்சிக் காதை : சேரன் செங்குட்டுவன் கூற்று :

வல் வினை வளைத்த கோலை மன்னவன்

செல் உயிர் நிமிர்த்துச் செங்கோல் ஆக்கியது *(98, 99)*

நீர்ப்படைக் காதை :

மாடல மறையோன் செங்குட்டுவனிடம் கூறுவது :

மாதவி மடந்தை வரி நவில் பாணியோடு,

ஊடல் காலத்து, ஊழ்வினை உருத்து எழ *(60, 61)*

ஊழ்வினைப் பயன்கொல் உரைசால் சிறப்பின்
வாய்வாள் தென்னவன் மதுரையில் சென்றேன் *(70, 71)*

நடுகல் காதை :

மாடல மறையோன் செங்குட்டுவனிடம் கூறுவது :
செய்வினை வழித்தாய் உயிர்செலும் என்பது
பொய்யில் காட்சியோர் பொருள் உரை *(167, 168)*

பொருள் : "உயிர் தான் செய்த நல்வினை தீவினைகளுக்கு ஏற்பப் பல பிறவிகளை எடுக்கும் என்பது மாசற்ற மெய்க் காட்சியாளரின் உண்மை மொழியாகும்" எனக் கூறும் மாடல மறையோன் வாயிலாக வினையின் ஆற்றலை மீண்டும் புலப்படுத்துகிறார் இளங்கோவடிகள்.*(2016. ஜெ.ஸ்ரீசந்திரன். 339)*

வாழ்த்துக் காதை:

ஆசிரியர் கூற்று : *(உரைப்பாட்டு மடை)*

கோவலன் தன் வினையுருத்துக் குறுமகனாற்
கொலையுண்ண *(1:26)*

தொல்லை வினையால் துயருழந்தாள் கண்ணின்நீர்
கொல்ல வுயிர்கொடுத்த கோவேந்தன் வாழியரோ
(13:1 -2)

என்று மீண்டும் பாண்டியனை வாழ்த்துவதாக அமைந்த இப்பாடலிலும் கோவலன், கண்ணகி இருவருடனும் முன்வினையைத் தொடர்புபடுத்துதலைக் காண முடிகிறது.

இவ்விடத்து, **"வினை விதைத்தவன் வினை அறுப்பான்; தினை விதைத்தவன் தினை அறுப்பான்"** என்னும் தமிழ் முதுமொழியே சிலம்பில் 'ஊழ்வினை' என்ற பாத்திரமாக உருக்கொண்டதோ எனத் தோன்றுகிறது. கண்ணகியின் கூற்றாக **"முற்பகல் செய்யின் பிற்பகல் விளையும்"** என்னும் குறள் நெறியும் இடம்பெறுகிறது.

இவ்வாறாகத் தொடர்ந்து ஒவ்வொரு முக்கியமான நிகழ்விலும் உட்பொருளாக ஊழ்வினையின் வலிமையை மிகுந்த கவனத்துடன் நினைவுறுத்திக் கொண்டே வருவதை, ஒரு நாடக உத்தியாகவும், காப்பியம் இச் சமூகத்திற்கு அறிவுறுத்தும் அறநெறியாகவும் அடிகள் கையாண்டிருப்பதை உணர முடியும்.

அடிகளின் இந்த உத்தியை மற்றொரு வகையிலும் அணுக வாய்ப்பு உள்ளது. தாம் படைத்துள்ள காப்பியத்தின் முக்கிய கதை மாந்தர்கள் எல்லோரும் குற்றமற்றவர்கள் என்று உலகிற்குக் காட்டும் நோக்கத்திலேயே ஆசிரியர் முன்வினை, ஊழ்வினை, முற்பிறவிக் கதைகள், பெற்ற சாபங்கள் எனப் பல்வேறு கூறுகளை ஒவ்வொரு பாத்திரத்தின் மீதும் ஏற்றிச் சொல்கிறார் எனக் கருதலாம். தம்முடைய ஒவ்வொரு பாத்திரமும் தூய்மையானவர்கள் என்று இத்தகைய உத்திகள் மூலம் உலகிற்கு எடுத்துரைக்கிறார். இவற்றிற்கான சான்றுகளை 'வரந்தரு காதை'யில் தேவந்தி, மாடலன் முதலானவர்கள் மீது தெய்வத்தை ஏற்றி கதை மாந்தர்களின் முற்பிறவிக் கதைகளைப் பேச வைத்திருப்பதிலிருந்து அறியலாம். தங்கள் இறப்பிற்குப் பின் கண்ணகியின் தாய், கோவலனின் தாய், மாதரி முதலானோரும் தங்களுடைய முற்பிறவியைப் பற்றிப் பேசுகிறார்கள். இறுதிப் பகுதியில் மாதவி தவ வாழ்க்கை மேற்கொண்டு, தன் மகள் மணிமேகலையைத் துறவறம் பூணச் செய்த செய்தியும் தேவந்தி கூற்றாக இடம்பெறுகிறது. இவ்வாறு காப்பிய மாந்தர்கள் குறித்த பூரணமான செய்திகளும் இடம்பெறுகின்றன.

எழுதிச் செல்லும் விதியின்கை
எழுதி எழுதி மேற்செல்லும்

என்று எழுத்துக் கலையைப் போற்றிய உலகப் புகழ்பெற்ற பாரசீகக் கவிஞன் உமர் கயாம் கவிதை வரிகளைத் தமிழுலகிற்கு வழங்கிய கவிமணி தேசிக வினாயகம் பிள்ளையின் கவிதை வரிகள் இளங்கோ அடிகளுக்கும் சாலப் பொருந்தும்.

★★★

9. மங்கலம்

மங்கல வாழ்த்துப் பாடலுடன் தொடங்கும் இப் பெரும் காப்பியத்தில், கதை நெடுகக் கதை மாந்தர்கள் பல்வேறு துன்பங்களையும், துயரங்களையும், சிக்கல்களையும் சந்திக்க நேரிட்ட போதிலும், இறுதியில் அவர்கள் அனைவரும் சிறந்த நிலையை அடைவதாக நிறைவுறுகிறது. முதல் பகுதியில் கற்புக்கரசியான அருந்ததியுடன் ஒப்பிடப்படும் கண்ணகி, பத்தினித் தெய்வமாகி, கோயில் கொண்டு, அனைவரும் மகிழ்ச்சியுடன் வாழ அருள்புரிவதான மங்கலச் செய்தியுடன் காப்பியம் நிறைவு பெறுகிறது. ஊழ்வினையின் வலிமையை நூல் முழுதும் கொண்டு செல்லும் இளங்கோ அடிகள், அதனை மக்கள் வெற்றி கொள்ளக் கடைபிடிக்க வேண்டிய அறநெறிகளை தம் கூற்றாகவே விளக்கி இறுதியில்,

> *என் திறம் உரைத்த இமையோர் இளங்கொடி-*
> *தன் திறம் உரைத்த தகைசால் நல் மொழி*
> *தெரிவுறக் கேட்ட திருத்தகு நல்லீர்!-*
> *பரிவும் இடுக்கணும், பாங்குற, நீங்குமின்;*
> *தெய்வம் தெளிமின்; தெளிந்தோர்ப் பேணுமின்*
> *பொய் உரை அஞ்சுமின்; புறஞ்சொல் போற்றுமின்;*
> *ஊன் ஊண் துறமின்; உயிர்க்கொலை நீங்குமின்;*
> *தானம் செய்ம்மின்; தவம் பல தாங்குமின்;*

செய்ந்நன்றி கொல்லன்மின்; தீ நட்பு இகழ்மின்;
பொய்க் கரி போகல்மின்; பொருள்-மொழி நீங்கல்மின்;
அறவோர் அவைக்களம் அகலாது அணுகுமின்;
பிறவோர் அவைக்களம் பிழைத்துப் பெயர்மின்;
பிறர் மனை அஞ்சுமின்; பிழை உயிர் ஓம்புமின்;
அற மனை காமின்; அல்லவை கடிமின்;
கள்ளும், களவும், காமமும், பொய்யும்,
வெள்ளைக் கோட்டியும், விரகினில், ஒழிமின்
இளமையும், செல்வமும், யாக்கையும், நிலையா
உள நாள் வரையாது ஒல்லுவது ஒழியாது;
செல்லும் தேஎத்துக்கு உறு துணை தேடுமின்-
மல்லல் மா ஞாலத்து வாழ்வீர் ஈங்கு என். *(183 - 202)*

என்று மக்களை வாழ்த்தித் தமிழின் தலைசிறந்த காப்பியத்தை நிறைவு செய்கிறார்.

நிறைவுரை:

சிலப்பதிகாரத்தை ஒரு நாடகக் காப்பியமாகவும், அதில் முக்கியப் பங்காற்றும் யாழ், ஊழ் இரண்டினையும் கதை மாந்தர்களாகவும் கொண்டு அணுகிய இந்த இசை முறை வழிப் பெறப்பட்ட நாடகத் தமிழ் ஆய்வின் முடிவுகள் இங்கு தரப்பட்டுள்ளன.

தொல்காப்பியத் திணைக்கோட்பாடு, இலக்கியக் கொள்கை, பண்டைக் காலத்தில் வழக்கிலிருந்த இசைத்தமிழ், நாடகத்தமிழ் இலக்கண நூல்களை அடிப்படையாகக் கொண்டே, தமிழரின் கலை, பண்பாடு, வாழ்வியல் மரபின் தலைசிறந்த அடையாளமாக இளங்கோவடிகள் படைத்துள்ள சிலப்பதிகாரம் திகழ்கிறது.

❖ தொல்காப்பியத் திணைக்கோட்பாடு, இலக்கியக் கொள்கை, பண்டைக் காலத்தில் வழக்கிலிருந்த இசைத்தமிழ், நாடகத்தமிழ் இலக்கண நூல்களை அடிப்படையாகக் கொண்டே, தமிழ் பண்பாட்டு மரபின் தலைசிறந்த அடையாளமாக சிலப்பதிகாரத்தை இளங்கோவடிகள் படைத்துள்ளார்.

- உலகில் முதன்முதலில் தோன்றிய 'சமய நல்லிணக்கக் காப்பியம் *(Secular Epic)* என்னும் பெருமை சிலப்பதிகாரத்திற்கு மட்டுமே உரியது.

- முத்தமிழும் விரவி வருவதால் இதனை நாடகக் காப்பியம் என்று கூறுதலே சிறப்பாகும். ஏனெனில் இயற்றமிழும் இசைத்தமிழும் இன்றி நாடகத் தமிழ் இல்லை. முன்னிரு தமிழ்களையும் தன்னகத்தே கொண்டது நாடகத் தமிழ் ஆகும்.

- தமிழ்ச் சமுகத்தின் ஈராயிரம் ஆண்டுக்கு முற்பட்ட இசை, கூத்து பற்றிய இலக்கணங்கள், தொல் மரபின் பெருமைகள் என அனைத்தையும் உள்ளடக்கிய ஒரு களஞ்சியத்தை உருவாக்குவதே இக் காப்பியப் படைப்பின் நோக்கம்.

- முத்தமிழையும் முழுதுணர்ந்த இளங்கோ அடிகள் இயற்றிய காப்பியத்தைப் பண்டைய தமிழ்க் கூத்து மரபின் நீட்சி என்பது சாலப் பொருந்தும்.

- 'ஊழ்வினை உருத்து வந்து ஊட்டும்' என்பது காப்பியத்தின் கருப்பொருள்களுள் ஒன்று. கோவலன், கண்ணகியை யடுத்து, ஊழ்வினையே நூல் முழுதும் வெவ்வேறு பெயர்களில் நீக்கமற நிறைந்து பல கதை மாந்தர்களை அருவமாகப் பின்தொடர்கிறது. இவ்வகையில் ஊழ் நான்காவது முக்கியமான கதை மாந்தராக (அருவ பாத்திரம்)விளங்குகிறது.

- யாழிசை முக்கியமான குறியீடாக விளங்குகிறது. அதுவே காப்பியத்தின் 'ஊழ்வினை உருத்துவந்து ஊட்டும்' என்ற முக்கியமான உள்ளுறையைத் தாங்கி நிற்கின்றது. காப்பியத்தின் பெரும் பகுதியில் யாழின் பயணம் தொடர்கிறது. காப்பியத்தில் தொடர்ந்து கோவலன் - மாதவி இருவருக்கும் இடையே ஒரு இணைப்புச் சங்கிலியாக யாழ் செயல்படுகிறது. அவ்வகையில் யாழ் ஐந்தாவது கதை மாந்தராக விளங்குகிறது.

- மாதவியின் யாழ் மீட்டிய மெல்விரல்கள் பகை நரம்பைத் (பகைச் சுரம் / அபஸ்வரம்) தொட்ட காரணத்தால் தான் இசையில் வல்லவனான கோவலன், 'அவள் மாயப் பொய் பலகூட்டும் மாயத்தாள், வேறொன்றின் மேல் மனம் வைத்தாள்' என்று முடிவு செய்து அவளைப் பிரிந்து செல்கிறான். இவ்வாறு இசை இலக்கண நுட்பத்தை முன்னிறுத்திக் காப்பியக் கதையில்

மிக முக்கியமான திருப்புமுனையை ஏற்படுத்திய காப்பிய ஆசிரியர் இளங்கோ அடிகளைத் தவிர உலகில் வேறு எவரும் இல்லை.

- கிரேக்க அறிஞர் அரிஸ்டாட்டிலும், பரத முனிவரும் கூறிய நாடக இலக்கணங்களையும், நுட்பங்களையும், அழகியல் கூறுகளையும் கடந்து நிற்கும் காப்பியம் சிலப்பதிகாரம் என்று உரையாசிரியர்கள் நிறுவுகின்றனர். இவ்வுண்மையை இந்த ஆய்வு மேலும் வலியுறுத்தி உறுதி செய்கின்றது.

- முழுமையான நாடகக் காப்பியமாகக் கொண்டு, சிலம்பை இசை, நாடக நோக்கில் ஆராயும் போது, பண்டைக் கால கிரேக்க நாடக மேதைகளான ஈஸ்கைலஸ் *(Aeschylus)*, சோஃபாக்ளிஸ்*(Sophocles)*, யூரிபிடிஸ்*(Euripides)*,மேலும், உலக நாடக மேதைகளான காளிதாசன், பாஸன், ஷேக்ஸ்பியர் முதலானோரின் படைப்புகளை எல்லாம் கடந்து இளங்கோவடிகளின் 'சிலப்பதிகாரம்' படைப்பாற்றலில் சிறந்து நிற்கின்ற உண்மை தெற்றென விளங்கும்.

- 20ஆம் நூற்றாண்டில் மேற்கத்திய நாடுகளில் மரபுவழி நாடக இலக்கணத்திற்கு மாற்றாக பெர்தோல்ட் பிரெக்ட்*(Bertolt Brecht)* போன்ற நாடகக்கலை வல்லுநர்கள் உருவாக்கிய **'நவீன நாடக அரங்கு'**, **'அன்னியமாதல் தத்துவம்'** போன்ற புதிய கோட்பாடுகளுக்கும் முன்னோடியாக இளங்கோ அடிகள் திகழ்கிறார்.

- சிலப்பதிகாரம் என்னும் நாடகக் காப்பியத்தின் தன்னிகரற்ற தன்மையையும், அதில் பொதிந்துகிடக்கும் இசைத் தமிழ், நாடகத் தமிழ்ப் பகுதிகளின் நுட்பங்களையும் தமிழறிஞர் உலகம் இன்னும் முழுமையாக அறிய முனையவில்லை என்பது ஆழ்ந்த சிந்தனைக்கும் வருத்தத்திற்கும் உரியது.

தலைசிறந்த அறிஞர்களுக்குச் சிறிதும் பஞ்சம் இல்லாத தமிழ் கூறுநல்லுலகில் சிலம்பில் உள்ள இசைக் கூறுகளையும் நாடகக் கூறுகளையும் ஆராய்ந்து கூறிய நல்லறிஞர்களை விரல்விட்டு எண்ணிவிடலாம்.

தமிழ் அறிஞர் உலகம் சிலப்பதிகாரத்தையும், இளங்கோவடிகளின் நுண்மாண் நுழை புலத்தையும் படைப்பாக்கத் திறனையும்

பற்றி இந்தியாவும், பிற உலகநாடுகளும் முழுமையாக உணரும் வகைசெய்தல் வேண்டும். தமிழின் முதல் காப்பியம் உலகின் முதன்மையான காப்பியமாகத் திகழ உலக மொழிகளில் எல்லாம் திறம்பட மொழிபெயர்த்தல் வேண்டும்.

“நெஞ்சையள்ளும் சிலப்பதிகார மென்றோர் மணியாரம் படைத்த தமிழ்நாடு” என்ற மகாகவி பாரதியின் பாடல் வரிகள் ‘தேமதுரத் தமிழோசையாக உலகமெலாம் பரவும்வகை செய்’யும் ஒரு முயற்சியாகவே இந்த ஆய்வு மேற்கொள்ளப்பட்டது. இது ஒரு சிறு தொடக்கம் மட்டுமே, இன்னும் கண்டறிய வேண்டியது ஏராளம் என்ற கருத்தினை வலியுறுத்தி நிறைவு செய்கிறோம்.

> யாமறிந்த புலவரிலே கம்பனைப் போல்,
>
> வள்ளுவர் போல், இளங்கோவைப் போல்
>
> பூமி தனில் யாங்கணுமே பிறந்ததிலை
>
> உண்மை வெறும் புகழ்ச்சி யில்லை.

★★★

துணை நின்ற நூல்கள்

மூல நூல்கள்:

1. இளங்கோவடிகளருளிச் செய்த சிலப்பதிகார மூலமும் அரும்பதவுரையும் அடியார்க்கு நல்லா ருரையும். உ.வே.சாமிநாதையர் பதிப்பு. தமிழ்ப் பல்கலைக்கழகம், தஞ்சாவூர்.1985.
2. சிலப்பதிகாரம் இளங்கோவடிகள் இயற்றிய மூலமும் நாவலர் பண்டித ந.மு.வேங்கடசாமி நாட்டாரவர்கள் எழுதிய உரையும். மின் பதிப்பு. தமிழ் இணையக் கல்விக்கழகம், நூலகம்.
3. இளங்கோவடிகளருளிய சிலப்பதிகாரம் (மூலமும் தெளிவுரையும்). சிலம்பொலி சு.செல்லப்பன். பாரதி பதிப்பகம். சென்னை.1994.
4. தொல்காப்பியம் எழுத்ததிகாரம். இளம்பூரணர் உரை. சைவசித்தாந்த நூற் பதிப்புக் கழகம். சென்னை.1986.
5. தொல்காப்பியம் பொருளதிகாரம். இளம்பூரணர் உரை, சைவசித்தாந்த நூற் பதிப்புக் கழகம், சென்னை. 1986.
6. தொல்காப்பியம் தெளிவுரை. ச.வே.சுப்பிரமணியன், மணிவாசகர் பதிப்பகம், சென்னை, 1998.
7. அறிவனாரின் பஞ்சமரபு. முனைவர் வீ.ப.கா.சுந்தரம்(உ.ஆ.). சைவசித்தாந்த நூற் பதிப்புக் கழகம், சென்னை.1993.

பார்வை நூல்கள்:

1. பரதநாட்டிய சாஸ்திரம். பரத முனிவர். எஸ்.என்.ஸ்ரீராமதேசிகன் (தமிழாக்கம்). உலகத் தமிழாராய்ச்சி நிறுவனம். சென்னை.2001.
2. தண்டியலங்காரம். கொ. இராமலிங்கத் தம்பிரான்(ப.ஆ.). சைவசித்தாந்த நூற் பதிப்புக் கழகம், சென்னை.1978.
3. தூ.தா.சங்கரதாஸ் சுவாமிகளின் கோவலன் சரித்திரம். மு.கிருஷ்ண பிள்ளை(ப.ஆ.). மதுரை புக் ஷாப். 1939.
4. சங்கரதாஸ் சுவாமிகளின் நாடகக் களஞ்சியம். முனைவர் அரிமளம் சு. பத்மநாபன் (தொ.ஆ.). காவ்யா, சென்னை. 2008.
5. மகாகவி பாரதியார் கவிதைகள். பழனியப்பா பிரதர்ஸ், சென்னை, திருச்சி.1962.

6. பாரதியார் கவிதைகள். வர்த்தமானன் பதிப்பகம், சென்னை. 2021.
7. நாடகவியல். வி.கோ.சூரியநாராயண சாஸ்திரியார்(பரிதிமாற்கலைஞர்). உலகத் தமிழாராய்ச்சி நிறுவனம். சென்னை.2004.
8. பாணர் கைவழி என்னும் யாழ் நூல். ஆ.அ.வரகுணபாண்டியன். சைவசித்தாந்த நூற் பதிப்புக் கழகம், சென்னை.1950.
9. இசைத் தமிழ். க. வெள்ளைவாரணன். ஸ்ரீ இராமக்கிருட்டின வித்தியாசாலை. சிதம்பரம். 1979.
10. தமிழிசைக் கலைக்களஞ்சியம் (தொ.2) .முனைவர் வீ.ப.கா.சுந்தரம்(தொ.ஆ.). பாரதிதாசன் பல்கலை க் கழகம், திருச்சிராப்பள்ளி, 1994.
11. தவத்திரு சங்கரதாஸ் சுவாமிகளின் நாடகங்களில் இசைக் கூறுகள். முனைவர் அரிமளம் சு. பத்மநாபன். இசைத் தென்றல். புதுச்சேரி, 2000.
12. சங்கரதாஸ் சுவாமிகளின் நாடக இசைக் கருவூலம். முனைவர் அரிமளம் சு. பத்மநாபன். காவ்யா, சென்னை. 2017.
13. இசைத் தமிழ்க் கலைச்சொல் அகராதி. முனைவர் அரிமளம் சு. பத்மநாபன்(தொ.ஆ), நியூ செஞ்சுரி புக் ஹவுஸ், சென்னை. 2018.
14. கண்ணகி வழிபாடும் இராஜராஜேஸ்வரி வழிபாடும். கனகசபாபதி நாகேஸ்வரன். சப்ரகமுவ பல்கலைக்கழகம். பெலிகுல்லோயா. இலங்கை. 2007.
15. கேரளத்தில் கண்ணகி வழிபாடும் கொடுங்கல்லூர் கோவிலும். அ.கா. பெருமாள். நியூ செஞ்சுரி புக் ஹவுஸ். சென்னை. 2022.
16. தமிழ் சினிமாவின் கதை. அறந்தை நாராயணன். நியூ செஞ்சுரி புக் ஹவுஸ், சென்னை. 1981.
17. சமணம் வளர்த்த தமிழ். ஜெ.ஸ்ரீசந்திரன். வர்த்தமானன் பதிப்பகம், சென்னை. 2016.

References : Online

1. www.keetru.com/ index. php/2010-06-24) அ.கா. பெருமாள்.
2. www.bbc.com/tamil/articles/ce5z3y7k0k6o
3. https://en.wikipedia.org/wiki/Bertolt_Brecht.

புதுச்சேரியைச் சேர்ந்த முனைவர் அரிமளம் பத்மநாபன் முத்தமிழிலும் வல்ல இசைக் கலைஞர். பாடுதுறையில் 55 ஆண்டுகளும், ஆராய்ச்சித் துறையில் 35 ஆண்டுகளும் அனுபவம் வாய்ந்தவர். இசைத்தமிழ், நாடகத்தமிழ், நாட்டுப்புறவியல் துறைகள் சார்ந்த ஆய்வறிஞர், இசை அமைப்பாளர், ஆய்வு நெறியாளர், சொற்பொழிவாளர், மொழிபெயர்ப்பாளர், கல்வியாளர் எனப் பன்முக ஆற்றல் பெற்றவர். தமிழின் முதல் **'இசைத் தமிழ்க் கலைச் சொல் அகராதி'**யை உருவாக்கியவர்.

ஆங்கில இலக்கியத்திலும் கல்வி இயலிலும் முதுகலை பட்டங்களுடன், சங்கரதாஸ் சுவாமிகளின் நாடகங்களில் இசை குறித்த ஆய்வு மேற்கொண்டு புதுவை மத்திய பல்கலைக்கழகத்தில் முனைவர் பட்டமும் பெற்றவர். பல்கலைக்கழக நாடகத்துறையிலும், பிற பல்கலைக்கழகங்கள், கல்லூரிகளின் இசைத் துறைகளிலும் வருகைதரு பேராசிரியராகப் பணிபுரிந்தவர். செம்மொழித் தமிழாய்வு மத்திய நிறுவனத்தில் ஆய்வு அறிஞராகவும், **'தமிழின் தொன்மை'** பெருந்திட்ட ஒருங்கிணைப்பாளராகவும் பணிபுரிந்தவர். தொல்காப்பியம், பத்துப்பாட்டு முற்றோதல், சங்கப் பாடல்கள் உள்ளிட்ட பல குறுவட்டுகளை வெளியிட்டிருப்பவர். 'சங்கரதாஸ் சுவாமிகளின் நாடகக் களஞ்சியம்', 'சங்கரதாஸ் சுவாமிகளின் நாடக இசைக் கருவூலம்', 'ஷேக்ஸ்பியரும் சங்கரதாஸ்

சுவாமிகளும்', 'தமிழிசையும் இசைத்தமிழும்', 'கம்பனில் இசைத் தமிழ்', 'சிந்துக்குத் தந்தை', 'இசைத் தமிழும் நாடகத் தமிழும்', உள்ளிட்டபல ஆய்வு நூல்களை எழுதியவர். இசைத்தமிழ், நாடகத்தமிழ் தொடர்பாக நூற்றுக்கும் மேற்பட்ட ஆய்வரங்குகளில் உரை இடையிட்ட இசை நிகழ்ச்சிகளை வழங்கியிருப்பவர்; தொடர்ந்து வழங்கிவருபவர். வட அமெரிக்கா, ஆஸ்திரேலியா, இலங்கை நாடுகளில் தொல்காப்பியம், சிலப்பதிகாரம், சங்க இலக்கியம் தொடர்பான தமிழிசை அரங்குகளையும் இசைப் பேருரைகளையும் வழங்கியவர்.

புதுச்சேரி அரசின் **'தமிழ் மாமணி'**, **'கலைமாமணி'**, **'தொல்காப்பியர்'**, **'கம்பன் புகழ்'** ஆகிய விருதுகளுடன், சென்னை மியூசிக் அகாடமியின் **'இசை அறிஞர்'**, விருதும், சென்னைக் கம்பன் கழகம், *SRM* தமிழ்ப் பேராயம், சென்னை நாடகக் கழகம், இலங்கை கிழக்குப் பல்கலைக்கழகம் எனப் பல சிறந்த நிறுவனங்கள் வழங்கியுள்ள 25க்கும் மேற்பட்ட மதிப்புறு விருதுகளையும் பெற்றவர்.

பரிமளத் தமிழின் தேர்ச்சி, பனிமலர் இசையின் மாட்சி

அரிமளப் பதுமநாபன் ஆற்றலின் அரிய சாட்சி"

- கவிஞர் ஈரோடு தமிழன்பன்

அருந்தமிழ் இசை மாமேதை அரிமளம் பத்மநாபன்

திருந்திய சொல்லில் வல்லான் திசைகளை இசையால் வென்றான்

பொருந்திய செம்மொழிச் சீர்ப் புகழ்ச் சங்கப் பாடலுக்குள்

விருந்துணும் வண்டு போல்வான்: விரிதமிழ்ப் புலமை மிக்கான்.

- கவிஞர் சிற்பி

www.ingramcontent.com/pod-product-compliance
Lightning Source LLC
LaVergne TN
LVHW100827051026
849519LV00006B/2209
9789348439031